தங்க முடிச்சு

கிழக்கு பதிப்பக வெளியீடுகளாக சுஜாதாவின் புத்தகங்கள்

மீண்டும் ஜீனோ
நிறமற்ற வானவில்
நில்லுங்கள் ராஜாவே
தீண்டும் இன்பம்
ஆஸ்டின் இல்லம்
அனிதாவின் காதல்கள்
நைலான் கயிறு
24 ரூபாய் தீவு
அனிதா இளம் மனைவி
கொலை அரங்கம்
கமிஷனருக்கு கடிதம்
அப்ஸரா
பாரதி இருந்த வீடு
மெரீனா
ஆர்யபட்டா
என் இனிய இயந்திரா
காயத்ரி
ப்ரியா
தங்க முடிச்சு
எதையும் ஒருமுறை
ஊஞ்சல்
ஓரிரவில் ஒரு ரயிலில்
மீண்டும் ஒரு குற்றம்
விக்ரம்
நில், கவனி, தாக்கு!
வாய்மையே சில சமயம்
வெல்லும்
ஆ...!
வசந்த காலக் குற்றங்கள்
சிவந்த கைகள்
ஒரே ஒரு துரோகம்
இன்னும் ஒரு பெண்
6961
ஜோதி
மாயா
ரோஜா
ஓடாதே
மேற்கே ஒரு குற்றம்
விபரீதக் கோட்பாடு
ஐந்தாவது அத்தியாயம்
மலை மாளிகை
விடிவதற்குள் வா
மூன்று நாள் சொர்க்கம்
பத்து செகண்ட் முத்தம்
கம்ப்யூட்டர் கிராமம்
இளமையில் கொல்
மேகத்தை துரத்தியவன்
ஒரு நடுப்பகல் மரணம்
நகரம்
இதன் பெயரும் கொலை
மண்மகன்
தப்பித்தால் தப்பில்லை
விழுந்த நட்சத்திரம்
முதல் நாடகம்
ஆட்டக்காரன்
ஜன்னல் மலர்
என்றாவது ஒரு நாள்
வைரங்கள்
மேலும் ஒரு குற்றம்
சொர்க்கத் தீவு
கனவுத் தொழிற்சாலை
ஆயிரத்தில் இருவர்
பதினாலு நாட்கள்
உள்ளம் துறந்தவன்
பிரிவோம் சந்திப்போம்
கரையெல்லாம் செண்பகப்பூ
இரண்டாவது காதல் கதை
நிர்வாண நகரம்
குருபிரசாதின் கடைசி தினம்
இருள் வரும் நேரம்
திசை கண்டேன் வான் கண்டேன்
ஆழ்வார்கள் - ஓர் எளிய அறிமுகம்
தேடாதே
விருப்பமில்லாத் திருப்பங்கள்
விரும்பிச் சொன்ன பொய்கள்
கை
ஆதலினால் காதல் செய்வீர்
நூற்றாண்டின் இறுதியில் சில சிந்தனைகள்
அப்பா, அன்புள்ள அப்பா
மிஸ். தமிழ்த்தாயே, நமஸ்காரம்!
சிறு சிறுகதைகள்
வாரம் ஒரு பாசுரம்
வானத்தில் ஒரு மௌனத்தாரகை
கடவுள் வந்திருந்தார்
அனுமதி
ஓலைப் பட்டாசு
சேகர், சிங்கமய்யங்கார் பேரன்
கம்ப்யூட்டரே ஒரு கதை சொல்லு
டாக்டர் நரேந்திரனின் வினோத வழக்கு
நிஜத்தைத் தேடி
பாதி ராஜ்யம்
சில வித்தியாசங்கள்

தங்க முடிச்சு

சுஜாதா

கிழக்கு

தங்க முடிச்சு
Thanga mudichu
by Sujatha
Sujatha Rangarajan ©

First Edition: May 2010
120 Pages
Printed in India.

ISBN 978-81-8493-460-1
Kizhakku - 499

Kizhakku Pathippagam
177/103, First Floor,
Ambal's Building, Lloyds Road,
Royapettah, Chennai 600 014.
Ph: +91-44-4200-9601

Email : support@nhm.in
Website : www.nhm.in

Cover Image : Shutterstock ©

Backcover Image : Srihari

Kizhakku, An imprint of New Horizon Media Pvt. Ltd.

All rights relating to this work rest with the copyright holder. Except for reviews and quotations, use or republication of any part of this work is prohibited under the copyright act, without the prior written permission of the publisher of this book.

இந்தக் கதையில் உபயோகப்படுத்தியிருக்கும் மலையாளக் கவிதை 'குங்குமம்' மலையாள வாரப் பத்திரிகை 14-8-83 இதழில் வெளியானது. குஞ்நுண்ணி என்பவரின் 'நமஸ்காரம்' என்கிற இக்கவிதைக்கு நன்றி. கதாபாத்திரங்களின் பெயர்களில் யாரேனும் நிஜமாக இருந்தால் தற்செயல்தான்.

1

அப்பா அம்மா வைத்த பெயர் கன்னியப்பன். சினிமாவுக்காக கரிகாலன் என்று மாற்றிக்கொண் டேன். சங்க காலத்தின் இரண்டு சோழப் பேரரசர் களில் கோச்செங்கணானுடன் ஒருவனாகக் கருதப் படும் கரிகால் சோழனுக்கும் எனக்கும் தொடர்பு கிடையாது. நடராஜ சாஸ்திரி, நியூமராலஜிப்படி ஐந்து எழுத்தில் பெயர் வைத்துக்கொண்டால் அதிர்ஷ்டம் என்று சொன்னார். பி.ஏ. முதல் ஆண்டு வரை தமிழ் படித்ததற்கு ஞாபகமாகக் கரிகாலனைத் தேர்ந்தெடுத்தேன். பட்டினப்பாலையில் பாடப் பட்டிருக்கும் அந்த வீரம் மிகுந்த சோழனுக்கும் எனக்கும் வேறு உறவில்லை.

தமிழ் சினிமாவில் டைட்டில்களை உற்றுப் பார்ப்ப வராக இருந்தால் நீங்கள் என் பெயரைக் கேள்விப் பட்டிருக்கலாம். 'வசனம் உதவி: கரிகாலன்' என்று இரண்டு செகண்டுக்கு ஓரத்தில் வருவேன். பல படங்களில் வேலை செய்திருந்தாலும் டைட்டிலில் என் பெயர் போட மாட்டார்கள். பரவாயில்லை. பைசா வந்தால் சரி. 'வசனம் உதவி' என்கிற பொதுப் பெயரில் பற்பல பாவங்கள் அடங்கியுள்ளன. டைரக்டரும் ப்ரொடியூசரும் விடுதி அறையில் விடியும்வரையில் உட்கார்ந்து யோசித்து உல்டா அவியல் பண்ணி ஒரு கதையைத் தயாரிப்பார்கள். கதைகூட இல்லை, ஒரு 'நாட்', ஒரு முடிச்சு. அதை

என்னிடம் சொல்லி அதை நான் 'ஒன் லைனா'கச் செய்து, அப்புறம் சீன் பிரித்து, படப்பிடிப்புக்குக் கிளம்பும்போது வசனம் எழுதி, இந்த வேலையெல்லாம் நான்தான் செய்கிறேன். பஞ்சு அண்ணன், நாராயணன் போன்றோரிடம் வேலை செய்த அனுபவம் உண்டு. 'உறங்காதே' என்கிற படத்துக்கு முழுத் திரைக்கதை வசனம் எழுதியுள்ளேன். உறங்கிக்கொண்டிருக் கிறது.

ஹீரோவாக நடிக்கத்தான் சென்னைக்கு வந்தேன். சின்ன வயசில் சாக்ரடீஸ் நாடகம், மனோகரா வசனங்களையெல்லாம் சிவாஜி போலவே நடித்துக் காட்டுவேன். பள்ளி நாட்களில் கட்ட பொம்மன் வேண்டும் என்றால் கன்னியப்பனைத்தான் கூப்பிடு வார்கள். 'வானம் பொழிகிறது, பூமி விளைகிறது' என்று ஓடி வந்துவிடுவேன். பள்ளி இறுதியில் நாடகங்கள் சொந்தமாக எழுதி நடிக்க ஆரம்பித்தேன். கல்லூரியிலும் அது வளர, பி.ஏ. முதல் வருஷத்தில் அடிக்கடி கண்ணாடி பார்த்துக்கொண்டதில் முக வெட்டு, வசனத் தெளிவு இரண்டு விதத்திலும் எனக்குக் கதாநாயகம் இருக்கிறது என்று தோன்றி, பெற்றோருக்கு (அப்பா தேனியில் பிலிப்ஸ் டீலர், அம்மா டீலரின் மனைவி) உருக்கமாகக் கடிதம் எழுதி வைத்துவிட்டு ('மன்னித்துக்கொள் தாயே; உன் மகன் பிரபலமானதும் உன்னை வந்து சந்திக்கிறேன்') சென்னைக்குக் கிளம்பி விட்டேன்.

தினப்படி பாண்டியன் எக்ஸ்பிரஸில் இருபத்தாறு பேராவது சென்னைக்கு இப்படி சினிமா ஆசையுடன் வருகிறார்கள். அவர் களுக்கு என் அறிவுரை: வேண்டாம்! வீடு திரும்புங்கள்! அங்கே பீன்ஸ் வியாபாரம் செய்யுங்கள். லாட்டரி டிக்கெட் விற்பனை பண்ணுங்கள். சைக்கிள் ஷாப், லாண்டரி என்று எப்படியேனும் ஜீவிக்கலாம். இந்தப் பிழைப்பு வேண்டாம்! யாரும் கேட்கப் போவதில்லை. இருந்தாலும் சொல்லிவிட்டேன்.

வீ. விட்டு ஓ. வந்த எனக்கு கோடம்பாக்கத்துச் சந்துகளிலும் ஸ்டூடியோக்களிலும் எழில் வாசல்களிலும் பிரம்மோபதேசம் கிடைத்தது. மரத்தடிக்கு மரத்தடி கதாநாயகர்களாகக் காத்திருக் கிறார்கள் என்று புலப்பட்டுவிட்டது. கதாசிரியர்களில் அத்தனை போட்டி இருக்காது என்று தோன்றியது. கொஞ்சம் எனக்குக் கவிதை வரும். மரபு புதுசு இரண்டும் எழுதுவேன். அதனால் பாட்டில் பூரலாமா என்று யோசித்தேன். வைரமுத்து, வாலி எல்லாம் தூள் கிளப்பிக்கொண்டிருக்கிறார்கள். ஒரு பிரபல

வசனகர்த்தா (பேர் சொல்லமாட்டேன்) திரைக்கதை, வசனம், பாடல் எழுதித் தர ஒரு முழு நோட்டு வாங்குகிறவர்; அவருக்கு உதவியாளருக்கு உதவியாளராக வாய்ப்பு கிடைத்தது.

அதன்பின் இரண்டு மூன்று டப்பிங் படங்கள், ஆரம்ப கால சிலுக்கு நடித்த மலையாளப் படங்கள் ('படுத்திருந்த ராத்திரிகள்' போன்று பெயர் சூட்டி வெளியிட்டார்கள். சிலுக்கு வருவது மூன்று நிமிஷம்) அதற்கு வசனம் பூரா எழுதினேன். மலையாளத் திலிருந்து தமிழ் பண்ணுவது சுலபம்தான். தெலுங்குதான் கஷ்டம். 'எந்துகூ' என்று ஒரே இழுப்பாக இழுத்தால் நம் பாஷை யில் வார்த்தைகளே கிடையாது. இருந்தும் சோபன்பாபு - ஜெயசுதா படம் ஒன்று பண்ணினேன். அதற்கப்புறம் தமிழ் சான்ஸ், வசன உதவி என்று ஒன்றிரண்டு வந்தன. எதற்கு இழுப்பானேன்? இன்றைய தேதிக்கு அடுத்த வேளைச் சோற்றுக்குப் பழுதில்லாமல் வருகிறது. கல்யாணம் ஆக வில்லை. சொந்த சந்தோஷத்துக்கு 'கன்னி' என்ற பெயரில் அவ்வப்போது கதை, கவிதை எழுதுவேன். முரசு பொங்கல் மலரில் ஒரு கவிதை வந்திருக்கிறது. 'மாலை முரசு' வேலூர் பதிப்பில் 'வாழ்வா சாவா?' என்று ஒரு சிறுகதை வந்திருக்கிறது.

என்னைப் பற்றி அதிகமே சொல்லிக் கொண்டுவிட்டேன். சமீபத்தில் எனக்கு நிகழ்ந்த நிகழ்ச்சிகளின் பின்னணியை நீங்கள் உணர்வதற்கே இந்தப் பீடிகை. வயது இருபத்தொன்பது. பீடி, சிகரெட், ஜர்தா எந்தப் பழக்கமும் கிடையாது. பெண் வாசனை கிடையாது. கையெழுத்து மணி மணி. தோற்றம் மதிப்பாக இருப்பதாகத்தான் எண்ணம்.

2

செப்டம்பர் ஏழாம் தேதி. என்னுடைய அறை மாம்பலத்தில் உஸ்மான் ரோடைக் கண்டபடி வெட்டும் சந்துகளில் ஒன்றில் லாட்ஜும் இல்லாத வீடும் இல்லாத கட்டடத்தின் மாடி அறை. அருகில் 'அருணா பிரிண்டர்ஸ்' என்று ஒரு கால் மிதி அச்சகம் ஓயாமல் நோட்டீஸ் அடித்துக்கொண்டிருக்கும் (கழிவு விற்பனை, காண வாரீர்!). காலை ஹார்ன் சப்தம் கேட்க எட்டிப்பார்த்தால் கிட்டு. புகையிலையைத் துப்பிவிட்டு மேலே பார்த்து, 'கன்னியப்பா! உடனே வா.'

'என்ன சார்?' என்றேன். கிட்டு ஒரு பி.ஆர்.ஓ.

'விஜிஆர் கூப்ட்டனப்பிச்சிருக்கார். ஏதாவது பளிச்சுன்னு உடுத்திண்டு உடனே வா!'

விஜிஆர் என்ற பெயரைக் கேட்டதும் எனக்கு உடனே பதற்றம் ஏற்பட்டது. ஏவிஎம், பாலாஜி, தேவர் மாதிரி பெரிய பேனர். மிகப் பெரிய ப்ரொட்யூஸர். ரஜினி-ஸ்ரீதேவியை வைத்து இப்போதுதான் 'லடுக்கா லடுக்கி' என்று ஒரு இந்திப் படம் ஜுபிலி பார்த்திருக்கிறார். தமிழில் எட்டு ஜுபிலி எடுத்தவர். எல்லாமே பெரிசாகப் பண்ணுவார். கார் எரிக்க வேண்டுமானால் எரித்தே காட்டுவார். கட்டடத்தை வெடி வைத்து உடைத்தே காட்டுவார். பெரிய கை. அவர் என்னைக் கூப்பிடுகிறாரே.

'விஜிஆரா? என்னையா? என்னை எப்படித் தெரியும்?'

'தபார். சும்மா தர்க்கம் பண்ணிண்டு இருக்காதே! வண்டி உன்னைக் கொண்டய் விட்டுட்டு டப்பிங் ஆர்ட்டிஸ்டுகளுக்குப் போயாகணும். உடனே வா.'

'உடனே'க்கு முன்னாலேயே பேண்ட் மாற்றிக்கொண்டு பவுடர் போட்டுக்கொண்டு கிளம்பிவிட்டேன். காரில் காஸட்டைப் பொருத்திய கிட்டு, 'நம்ம புதுப் படத்துக்கு ராஜா போட்டிருக்கார் பாரு... தூளு' என்றார். எனக்குச் சங்கீதத்தில் கவனமில்லை. விஜிஆர் என்னையா? அவர் ராஜா. நான் சாலையோரப் பாமரப் புள்ளி. அவர் என்னை அழைப்பதாவது? எம்ஜிஆர் அழைப்பது போலல்லவா இருக்கிறது? கிட்டுவைக் கேட்டதில், 'எனக்கும் தெரியலைப்பா! அவருடைய பிரதர்-இன்-லாதான் என்கிட்ட சொல்லிண்டிருந்தான். நான் அவாளுக்கெல்லாம் இப்ப ஓர்க் பண்றதில்லை. ரொம்ப கொட்டையடி' என்றார். எது எப்படியோ விஜிஆர் என்ன கேட்டாலும் ஒப்புத்துண்டுடு. இந்த மாதிரி சான்ஸ் வராது. பணம் கிணம் எதையும் பத்தி மூச் விடாதே. நோட்டு அடிக்கிறாப்பல சலவை நோட்டா சரக்குன்னு உருவித் தருவான். கேட்டே? கோபம் வந்துரும். பிரதர்-இன்-லாதான் ஆல்-இன்-ஆல்னாலும் கதை டிஸ்கஷன் எல்லாம் பெரியவர் தான். அவருக்கு நல்ல கதைன்னா ஒரு மோப்பம் உண்டு. எந்தக் கண்ராவி நாட்ன்னாலும் ஒப்த்துண்டுடு. மறு பேச்சு பேசாதே, என்ன?' என்று உபதேசம் செய்தார்.

ஆள்வார்ப்பேட்டையில் கமல் வீட்டுக்குப் பின் பக்கம் சந்தில் திரும்பியது கார். விஜிஆர் அங்கே புதுசாக ஒரு டப்பிங் தியேட்டர் கட்டியிருக்கிறார். வாசலில் எட்டு பத்து கார்கள் மௌனமாக நின்றுகொண்டிருந்தன. ஆளுயர டிபன் பாக்ஸில் என்னவோ வந்து இறங்கியது. பழைய வீட்டை உள்ளுக்குள் புதுப்பித்து, ஏஸி பண்ணி கம்யூட்டர் டப்பிங் வசதி ஏற்பாடு செய்திருந்த அந்த இடத்துக்குள் தயக்கமாக நுழைந்தேன். வாசலில் ஒரு இளைஞன் தொளதொளவென்று தங்கத் தோடாவுடன் ஸ்டேட் எக்ஸ்பிரஸ் பிடித்துக்கொண்டிருந்தான். கிட்டு என்னைக் காட்டி 'கன்னி யப்பன்' என்றார். 'நான் போய் வண்டியை நிர்மலா, மாலா, பாக்யஸ்ரீ மூணுக்கும் அனுப்பிச்சுர்றேன்.'

'செய் அய்யரே' என்று அந்த இளைஞன் என்னை மேலும் கீழும் பார்த்தான். விஜிஆராக இருக்க முடியாது.

‘கன்னியப்பா, சார்தான் சின்ன முதலாளி. ப்ரொடக்ஷன் பாத்துக்கறார். இவர் கடாட்சம் கிடைச்சாப் போறும் உனக்கு. வரட்டுமா?’

கிட்டு போனதும், ‘நீங்கதானே கரிகாலன்னு வசனம் எழுதற வரு?’ என்றான்.

‘நீங்க’ என்று சொன்னது வியப்பாக இருந்தது.

‘அய்யா நான்தான்யா. எம்பேரு உங்களுக்குத் தெரிஞ்சிருக் கிறதே ஆச்சரியம்யா. பாக்யம்யா!’

‘அய்யா எல்லாம் வேண்டாம். நான் முரளீதர், விஜிஆருக்கு மச்சான். அவர் என் மாமா. கரிகாலன்னு என்ன பேரு?’

‘அது சும்மா ந்யூமராலஜிக்கு வெச்சிக்கிட்டதுங்க!’

‘ந்யூமராலஜில நம்பிக்கை உண்டா? பெரியவருக்கு ரொம்ப நம்பிக்கை. ஒம்போது வந்தாகணும் அவருக்கு. ஆர்ட்டிஓ ஆபீஸ்ல பணம் கொடுத்து கார் நம்பர் எல்லாம் கூட்டினா ஒம்போது. மலையாளம் தெரியுமா உங்களுக்கு?’

‘அவ்வளவாத் தெரியாதுங்க.’

‘டப்பிங் எல்லாம் பண்ணியிருக்கிங்க?’

‘அது ஏதோ ஒக்கபிலேரியை வெச்சுக்கிட்டு செஞ்சதுங்க.’

‘சரி, வெயிட் பண்ணுங்க. பெரியவரு உள்ள இருக்காரு. இல்லை, உள்ளே போய் ஓரத்தில் உக்காரலாம். படம் ப்ரொஜக் ஷன் ஆய்க்கிட்டு இருக்கு.’

மெல்ல நழுவிக் குளிருக்குள் நுழைந்தேன். சின்ன தியேட்டர். இருட்டில் எத்தனை பேர் உட்கார்ந்திருக்கிறார்கள் என்று தெரிய வில்லை. திரை வெளிச்சத்தில் பிரதிபலித்த காலி நாற்காலியில் கபக்கென்று உட்கார்ந்துகொண்டேன். திரையில் மலையாளப் படம் ஓடிக்கொண்டிருந்தது. வழக்கம்போல் தென்னங்கீற்றுக் கடல். பேண்ட்டை மாட்டிக்கொண்டு ஒரு வயசான கதாநாயகன் ஓடிக்கொண்டிருக்க அந்தப் பெண்ணின் வெட்கத்தை க்ளோஸ் - அப் காட்டியது. புதிய நடிகை. பரிச்சயமில்லாத முகம். கொஞ்சம் மாதவி. கொஞ்சம் ஜெயப்ரதா. தென்னை மரத்தின் மேல் மல்லாந்த வாக்கில் சாய்ந்துகொள்ள அவன் ஓடி வந்து அவள்

முகத்தைப் பூவால் தடவினான். பின்னணி சங்கீதம் லேசாகப் புறப்பட, 'ஸொப்னாவதாரம் எடுத்த சுவண்ண சுந்தரி' என்று யேசுதாஸ் பாடினார். 'பர்ர்ர்' என்று மணி ஒலிக்க படம் வெட்டுப் பட்டது. இமைத்து இமைத்து லைட் வெளிச்சம் வர நான் திரும்பிப் பார்க்க, ஒருவர் பின்னால் ஒருவர் மட்டும் உட்கார்ந் திருக்க அவர் பின்னால் நான்கைந்து பேர் உட்கார்ந்திருக்க 'எப்படி' என்றார் முன் வரிசையில் இருந்தவர்.

'சரியான குட்டிங்க.'

'இன்னா முகம் பார்த்தியா? இது ஜூபிலி சமாசாரமா இல்லியா? டேய்! அந்தப் படகுக்குப் பின்னாலருந்து க்ளோஸ்-அப் வருமே, அதை இன்னொருக்கா போட்டுக் காட்டிடு' என்றார். அவர்தான் விஜிஆர். 'ஜெமினி சினிமா'வில் போட்டோ பார்த்ததைவிட இளமையாகத்தான் இருந்தார். நாற்பத்தைந்து வயசு இருக்க லாம். தலைமுடி லேசாக வாரப்பட்டிருந்தது. உயர்ந்த ஜாதி ஃபாரின் கண்ணாடி, இருட்டில் தெளிந்து வெளிச்சத்தில் கருக்கும் கண்ணாடி அணிந்திருந்தார். வாசனை அடித்தது. என்னை ஒரு முறை பார்த்தபோது நான் வணக்கம் சொல்ல, கவனிக்காது திரும்பிக்கொண்டார். தியேட்டர் மறுபடி இருள, இப்போது அந்தப் பெண் கடற்கரையிலிருக்கும் படகுக்குப் பின்னாலிருந்து எட்டிப் பார்த்தாள். பாட்டு அவளிடம் சும்பனம் கேட்டது. அவள் முகத்தை நோக்கி கேமரா விரைய,

'என்ன டைட்டுத் தாங்குது பாரு? மொகம் பல்லு எல்லாம் பாரு, என்ன வரிசை! அப்படியே மல்லிகைப்பூ கோத்தாப்பல!'

'பாடிதான் கொஞ்சம்...'

'பாடி என்னய்யா? முகம்தானே முக்கியம். எத்தனை பரபரப்புக் காட்டுது பாரு? தபார் தபார்!'

'பெரிய கை மாதிரித்தாங்க தோணுது.'

'பப்ளிஸிட்டியை இப்பவே தொடங்கிட்டேன்.'

'தமிழு வருமா?'

'வராட்டி என்ன? மலையாளமும் தமிழும் ஒண்ணுதானேய்யா.'

'டப் பண்ணிரலாங்க.'

‘வேண்டாங்குது. சொந்தக் குரல்ல பேசறேங்குது. குரல் ரொம்ப இனிமையாத்தான் இருக்குது. உடம்பில ஒரு குறையில்ல மச்சி. ஒரு மாதிரி கலக்கிருச்சி இந்தப் பெண்ணு என்னை! நானும் எத்தனையோ பார்த்துப்புட்டேன். இது தினுசே வேற. எங்கயோ போவப் போவுது’.

‘நல்லாப் பார்த்துக்கிட்டிங்களா?’

‘இதுதான வேண்டாங்கறது. பாரு ஸ்விம் ஸூட்டு போட்டா கம்முனு வாரும். என்ன வயசுங்கிற? இருபத்திரண்டு! பதினாறுக்கு மேல் சொல்ல முடியுமா? பாலிஷ் போகவே இல்லை.’

‘பேரு?’

‘அல்கா அல்லது சுலேகா. க்கன்னா கிடையாது. சுலேகா பரவா யில்லை. இங்கிலீஷையும் தமிழையும் கூட்டினா ஒம்பது வருது.’ சுலேகா அல்லது அல்கா இப்போது எங்களை விட்டு கதா நாயகனை நோக்கி ஓட ஆரம்பித்தாள்.

‘இந்தப் படம் ஒண்ணுதான் முழுக்க பண்ணியிருக்கு. மலையா ளத்தில் ஓடலை. ஆனா ஒம்பது வயசிலருந்து தங்கச்சி, விளக்கு தூக்கி, கோலாட்டம் ஆடற பொம்பளைன்னு நிறைய படத்தில வந்திருக்கு... பாத்த உடனே தங்கச் சுரங்கம்னு எனக்குத் தெரிஞ்சு போச்சு.’

‘நேர்ல பார்த்திங்களா?’

‘பாத்தேன். ஒரு ஷெட்யூல் ஆயிருச்சே! ஸ்கூல் பொண்ணு மாதிரித்தான் இருக்கும். ஆனா நல்ல உயரம். கிட்டப் பார்த்தா பிலிம் சரக்குன்னே சொல்ல முடியாது. கில்லாடிய்யா இந்தக் கேமரா தம்பி.’

‘அடிபட்ட கேஸா?’

‘சேச்சே புஷ்பம்யா! அதைப்பத்தி அவதூறு பேசாதே. மைசூர்ல முத அவுட்டோர் ஷெட்யூல் போனப்ப ரொம்ப தோஸ்த் ஆயிருச்சு. விஜிஆர் சாருன்னா உயிரு! என்ன? ஏரியா பேசிரலாமா ரெண்டர் ரூபாக்கு?’

விளக்குகள் உயிர் பெற, முரளிதர் உள்ளே நுழைந்து விஜிஆரை மெல்ல நெருங்கி மரியாதையுடன் ஏதோ சொல்ல, அவர்

என்னைத் திரும்பிப் பார்த்தார். நான் எழுந்து நின்று அவரைக் கரங்கூப்பி வணங்கினேன்.

‘கிட்ட வா’ என்றார். பயத்துடன் அருகே போனேன்.

‘என்ன பேரு?’

’கன்னியப்பன்.’

‘க-இன்-னி-ய-இப்-ப-இன்’ என்று விரல் விட்டு எண்ண ஆரம்பிக்க, ‘திரைல கரிகாலன்னு ந்யூமராலஜிக்கு மாத்திக்கிட்டங்க.’

‘அப்படியா, அஞ்செழுத்துன்னா வருது?’

‘இங்கிலீஷில ஒம்பது வருதுங்க.’

‘உக்காரு.’

‘பரவாயில்லை.’

‘அது என்ன புத்தகம் முரளி!’

‘ஜேம்ஸ் ஹாட்லி சேஸ்.’

‘அ! அந்தாளோட ‘ஈவு’ன்னு ஒரு கதை படிச்சுச் சொன்னாங்க. உனக்கு இங்கிலீஷ் வருமில்லை.

‘வரும்யா.’

‘எனக்குக் கதை புடிச்சிருந்தது. நாட் நல்லாவே இருக்குது. கொஞ்சம் தேவடியா சமாசாரம் வருது. அதை எடுத்துட்டு உல்ட்டா பண்ணாம, அதாவது அந்தப் பொண்ணு அப்பா அம்மா தங்கச்சிங்களுக்கு சம்பாரிச்சுப் போடறதுக்கு கிளப்பில டான்ஸ் ஆடற மாதிரி கொஞ்சம் போட்டுப் பிரட்டி ஒன் லைன் பண்ணிக் கிட்டு வா தமிழ்ல, பார்க்கலாம். அப்பொறம் முரளி புஸ்தகம் கொடுப்பான். வேற நாட் இருந்தாகூடச் சொல்லு. டீனா முனிம் பார்த்திருக்கல்லை. அதை வெச்சுக்கிட்டு இந்தில பண்றேன்.’

‘மாமா, இவருக்கு மலையாளம் வரும்.’

‘அட! அப்ப இந்தாளயே வசனம் பழக்கித் தர உபயோகப்படுத் தலாம். முரளி அதையெல்லாம் கவனிச்சுக்க. எத்தனை படம் பண்ணியிருக்கே?’

‘அய்யா, இருவதில் ஒர்க் பண்ணியிருக்கேங்க.’

‘முரளி கொஞ்சம் அட்வான்ஸ் கொடுத்துரு. நாட் கொடுத்தா ட்ரீட்மெண்ட் எழுதுவ இல்லை.’

‘அதாங்க நான் இதுவரை செய்து வந்திருக்கேன்!’

சிகரெட்டை வாயில் பொருத்திக்கொண்டு அதற்குத் தங்க ரான்ஸன் ஒன்றால் உயிர் கொடுத்து புகையுடன் பேசினார். ‘அதான் வேணும் எனக்கு. டபிள் மீனிங்கில எழுதுவியா?’

‘செய்துரலாங்க.’

இப்போது முரளிதர் தன் மாமாவின் கிட்டேபோய்க் கொஞ்சம் பேச அவர் என்னை மறுபடி வியப்பாகப் பார்த்தார். ‘ஆமா, வேணா ஒரு டெஸ்ட் எடுத்துரேன்? என்ன மச்சி, பொறப்பட லாமா? விழா இருக்குது நம்ம படத்துக்கு. தாளிங்க கேடயம் கொடுக்கறாங்க. கோயமுத்தூர் வெச்சுக்கிட்டியே, கொழிச்சியா இல்லையா? ஆர்ருவா பண்ணியா இல்லையா?’

அவர்கள் புறப்பட்டுச் செல்ல நான் திரையைப் பார்த்தேன். காலியாக இருந்தது. மனத்திரையில் அந்த சுலேகாவின் உருவம் மிச்சமிருந்தது.

தியேட்டரை விட்டு வெளி வந்ததும் நான் முரளிதரிடம் ‘என்னங்க ஸ்க்ரீன் டெஸ்ட்டு?’ என்றேன்.

‘ஒண்ணுமில்லை அடுத்த படத்திலே ஒரு சின்ன பார்ட்டுக்கு ஒரு மாதிரி உருவ அமைப்புள்ள ஆள் தேவைன்னு சொல்லிக்கிட்டு இருந்தாரு. ஒரு டிஸ்கோ டான்ஸர் பார்ட்டு. கொஞ்ச நேரத்திலே காலியாயிடறான். சின்ன பார்ட்டா இருந்தாலும் நல்லா வந்திருக்கு. நம்ம ருக்மாங்கதன்தான் ஸ்க்ரிப்ட் எழுதியிருக்கார்.’

‘தெரியுங்க.’ எனக்கு பிரமிப்பாக இருந்தது. திடீர் என்று விஜிஆர் படத்துக்கு எழுத சான்ஸ், நடிக்கவும் சான்ஸ்!

‘காலைல ஷூட்டிங் இருக்குது. மத்தியானம் மூண்ரை மணிக்கு என்னை வந்து பாருங்க. புக்கு கொடுக்கறேன். ரெண்டு நாள்ள ஒன்லைன் பண்ணி பெரியவருக்கு படிச்சுக்காட்டி பிடிச்சுப் போச்சின்னா நிறைய செய்வார். கை தாராளம்.’

‘தெரியும்யா’ என்று அவரை நன்றியுடன் வணங்கினேன்.

‘கூழைக் கும்பிடு போடாதிங்க. உங்ககிட்ட திறமை இருக்கு. உங்களைப் பத்தி சந்துரு சொல்லியிருக்காரு. அதுக்காகத்தான் நாங்க உங்களைக் கூப்பிட்டோம்.’ அப்போது ஒரு வண்டி வந்து நிற்க அதன் பின்பகுதியிலிருந்து ஒருவன் ஜாக்கிரதையாக ஒரு உடையைக் கையில் பிடித்துக்கொண்டு இறங்கினான். ‘ட்ரெஸ் தெச்சு வந்திருச்சா? சரி, கொடு அதை’ என்றான். குங்குமச் சிவப்பில் பாவாடையா கவுனா என்று சொல்ல முடியாதபடி இருந்தது. முரளிதர் அதை வாங்கி சற்று தூரத்தில் வைத்துப் பார்த்து, ‘அளவெல்லாம் சரியா இருக்குமில்லை?’ என்றான்.

ஒரு முறை போட்டுப் பார்த்துரறது நெல்லதுங்க. ஆல்ட்ரேஷன் வேணுமின்னா கடையாண்டை சொல்லியனுப்பிச்சா ராத்திரியே ஆல்டர் பண்ணக் கொடுத்துர்றேன்.’

‘இப்ப அவுங்க போட்டுப் பார்க்கணும்ங்கறியா ராவ்?’

‘ஆமாங்க.’

‘இப்ப யாரை அனுப்புவேன்? எல்லாரும் போயிருக்காங்களே.’

‘என்னங்க செய்யணும்?’ என்றேன்.

‘அந்தப் பொண்ணு சுலேகா ப்ரொஜக்ஷன்ல பாத்திங்களே நம்ம கதாநாயகி, அவகிட்ட போய் இந்த டிரஸ் அளவு செரியா இருக்கான்னு கேட்டுக்கிட்டு வரணும். காலை டான்ஸ்ல இது உபயோகப்படுது.’

‘நான் வேணா போயி கேட்டுக்கிட்டு வரவா?’

‘சரி, வண்டி அனுப்பறேன். கேட்டுட்டு வந்துருங்க. சாக்கிரதை யாப் பேசுங்க, பொண்ணு ஒரு மாதிரி. அண்ணன் ஒருத்தன் செத்த முறைப்பா இருப்பான்! ராவ், இவருக்கு நாளைக்கு ஒரு டிஸ்கோ சர்ட்டு வேணும். ஸ்க்ரீன் டெஸ்ட் எடுக்கறம்.’

தையற்காரர் என்னைக் கண்ணாடி வழியாக அனுமானித்தார். ‘உங்க ஷர்ட் சைஸு நுப்பத்தெட்டு.’

‘கரெக்ட்டுங்க.’

‘ராவ் என்னங்கறிங்க? ராஜகுமாரிக்கே ஜாக்கெட் தெச்சவரு’ என்று முரளிதர் சிரித்தான்.

3

விஓசி காலனி தாண்டி கொஞ்சம் உலர்ந்த வயல் போல இருந்த பிரதேசத்தில் திட்டம் இல்லாமல் இங்கும் அங்கும் கட்டப்பட்ட புதிய காலனியில் அந்த வீடு தனியாக இருந்தது. வாசலில் கார் நிற்க ஒரு பழுப்பு நாய் தன் அளவுக்குச் சம்பந்தமில்லாமல் பெரிசாகக் குலைத்தது. 'டோம்மி கீப் கொய்ட்' என்று கதவருகே வந்தவனைப் பார்த்ததும் மலையாளி என்று சொல்ல முடிந்தது. மலையாளிகளுக்கே என்ற சதுர முகம், பின் தள்ளி வாரப்பட்ட சுருட்டை முடி. பனியன் இல்லாமல் சில்க் சட்டை அணிந்திருந்தான்.

'நீ யாரு?' என்றான்.

'விஜிஆர் யூனிட்டில இருந்து வரங்க. டிரஸ் கொடுத்து அனுப்பிச்சாங்க!'

அவன் உள்ளே நோக்கி 'மோளே ஆரோ டிரஸ்ஸு கொண்டு வந்திரிக்குன்னு; இங்நூட்டு ஒண்ணு வந்து நோக்கியாட்டே' என்றான்.

சுலேகா என்கிறவள் தலை வாரிக்கொண்டே வந்தாள். 'யாராண' என்றாள்.

'முரளிதர் அனுப்பிச்சாருங்க. நாளைக்கு இந்த டிரஸ்ஸு...'

‘நிங்களை ஞான் இதுவரெ யூனிட்டிலாம் கண்டிட்டே இல்லலலோ?’ என்றாள். விஜிஆர் சொன்னாற்போல குரல் இனிப்பாக இருந்தது. பளபளப்பான நாகம் போல அடர்த்தியாகக் கூந்தல். அதை வாரிக்கொண்டே அந்த டிரஸ்ஸைப் பார்த்தாள். இருவரும் மலையாளத்தில் வேகமாகப் பேசிக்கொண்டார்கள். கேட்டுக் கதவைத் திறந்தான்.

‘நாய்’ என்றேன்.

‘நாய் ஒண்ணும் பண்றதில்லை. போடா மோனே. அகத்து செந்து இருந்நாட்டே’

மலையாள நாய் உள்ளே செல்ல ‘நிங்கள் யாராண’ என்றாள்.

‘நான் அவர் யூனிட்டில ரைட்டர், கதை வசனம் எழுதுறவன்.’

‘ஓ எழுத்துக்காரனோ? வரு வரு’ என்று வரவேற்றாள்.

சின்ன வீடுதான். டிஸ்டெம்பர் மணம் இன்னும் விலகவில்லை. செடிகள் இல்லாத தொட்டிகள். ஒரே ஒரு கரு ரத்த ரோஜா. பழுப்பு நாய் கடமை முடிந்துவிட்டது போலப் பின்புறம் சென்று காதை உயர்த்திக்கொண்டு எச்.எம்.வி பாணியில் உட்கார்ந்து கொண்டது. உள்ளே பிரம்பு நாற்காலிகளுக்கு அருகில் ஒரு டூ-இன்-ஒன், கேமரா, மலையாள இதழ்களிடையில் தினத்தந்தி இருந்தது. அந்தப் பெண் உடையை வாங்கிக்கொண்டு உள்ளே போனாள். அண்ணன்காரன் சிகரெட் பற்ற வைத்துக்கொண்டு என்னுடன் பேசுவதா வேண்டாமா என்று யோசித்துக் கொண்டிருந்தான்.

‘வர்ற படத்துக்கு நீங்கதானே எழுதறது?’

‘ஆமாம்’ என்று சொல்லி வைத்தேன்.

‘கிரிஜையோட பார்ட்டு நல்ல பார்ட்டாணோ?’

‘கிரிஜா?’

‘அதான் என் சிஸ்டராணம். சுலேகா ஸ்க்ரீன் பேரு.’

‘என்னுடைய ஸ்க்ரீன் பேரு கரிகாலன்’ என்று சிரித்தேன்.

‘கரிகாலன் கேள்விப்பட்டிருக்கு.’ (பொய்!) ‘சிகரெட் வலிக்குமா?’

'வலிக்க மாட்டேன்' என்று புன்னகைத்தேன். திடகாத்திரமாக இருந்தான். மென்மையான சுலேகாவுக்கும் அவனுக்கும் ரத்த சம்பந்தம் சொல்வது கஷ்டமாக இருந்தது. லுங்கியில் பெரிய பெரிய பூ. மத்தியானத் தூக்கக் கண்களில் கயமை தெரிந்தது.

'நோக்கு.' திரும்பிப் பார்த்தேன். கிரிஜா என்ற சுலேகா குங்குமச் சிவப்பு உடையைப் போட்டுக்கொண்டு நின்றாள். எப்படிப்பட்ட உடை என்று சொல்ல முடியவில்லை. ஒரு மார்பை மட்டும் புடைவை மாதிரி மறைக்க, மற்ற மார்பு ரிஷி கன்னிகை மாதிரி. இடுப்பைச் சுற்றி கவுன் போல வடிவம் எடுத்து கொஞ்சம் பிரிந்து கால் தெரிந்தது. தமிழ் சினிமாவில்தான் இந்த மாதிரி டிஸைன் களெல்லாம் சாத்தியம். அதைப் போட்டுக்கொள்ள இவளுக்கு மூச்சு வாங்கியிருக்கும். தன்னை இங்கே அங்கே தொட்டுப் பார்த்துக்கொண்டு 'இதும் இட்டுக்கொண்டு டான்ஸூ செய்தால் தையல் பொட்டிப்போம்' என்றாள். ஆனால் அவளுக்கு எந்த உடையும் பொருந்தும் போலத்தான் இருந்தது. விஜிஆர் 'ஜூபிலி சரக்கு' என்று ஆச்சரியப்பட்டுச் சொன்னதன் அர்த்தம் புரிந்தது. அவளிடம் எந்தக் குறையும் தென்படவில்லை.

சில பெண்கள் அழகாக இருப்பார்கள். கூர்ந்து பார்த்தால் ஏதாவது ஒரு குறை இருக்கவே இருக்கும். மூக்கு லேசாகத் தூக்கலாக இருக்கும். அல்லது புருவங்கள் ஒன்று சேர்ந்திருக்கும். கன்னம் கொஞ்சம் உப்பலாக, கழுத்துக் கீழ் சதையாக, இல்லை - சற்று மாறு கண்ணாக இருக்கும். அப்படி ஏதும் இவளிடம் சட்டென்று தெரியவில்லை. மேலும் அழகான பெண்களிடம், தான் அழகாக இருக்கிறோம் என்கிற கர்வம் அல்லது பிரக்ஞை எப்போதும் இருக்கும். இதனாலேயே அவர்கள் செயல்களில் ஒருவித செயற்கைத்தன்மை தெரியும். இந்தப் பெண் தன்னைப் பற்றி எதுவுமே நினைப்பில்லாமல் இருந்தாள். அது அவள் தோற்றத் துக்கு ஒரு புதிய பரிமாணம் தந்தது. 'எங்ஙனே உண்டு?' என்று தன் உடையைப் பற்றி என்னிடமே கேட்டாள். லேசாக அவள் அசைய 'ப்யூட்டிஃபுல்' என்றேன்.

'நிங்கள் சும்மாதே பறயுகயா' என்று சிரித்தாள். சட்டென்று தினத்தந்தியை எடுத்து ஓரத்தில் கவிதை எழுதவேண்டும் போல இருந்தது. 'ப்ரெஸ்ட்டில கொஞ்சம் பிடிப்புன்னு சொல்லியாச்சு இரிக்க' என்றாள். 'பேர் எந்தா?'

'கரிகாலன்.'

அதைக் கேட்டதுமே சிரித்தாள்.

'சீ அங்ஙனே சிரிக்கல்ல மோளே' என்றான் அவன்.

'அ! சாரல்லே' என்று அவனைப் பாசாங்காக அதட்டினாள். ஒரு சிறுமி பீங்கான் கோப்பைகளில் டீ கொண்டுவர நான் உட்கார்ந்து கொண்டு அவளைப் பார்த்துக்கொண்டே சாப்பிட்டேன். பார்க்காமல் இருக்க முடியவில்லை. மேசை மேல் இருந்த திரை இதழை எடுத்துப் பிரித்தேன். ஒரு பக்கத்தில் அவளுடைய கலர் போட்டோ இருந்தது. 'இது எம்கே பிரபு எடுத்ததாக்கம். எந்தானு எழுதியிருக்குன்னதுன்னு ஒந்நு வாய்ச்சட்டே.'

நான் அதை எடுத்து 'விஜிஆரின் பிரம்மாண்ட தயாரிப்பில் புதிய நடிகை சுலேகா' என்று படித்துக் காட்டினேன்.

'எந்து? புதிய நடியோ? ஞான் ஒம்பது வயசு முதல் அபிநயிக்கான் தொடங்கியதா. ஞான் ஏதாண்டு பத்து முப்பது படத்தில் அபிநயிக்கும் செய்து, செறிய செறிய வேஷம். எண்ட அம்மா ஒரு காலத்தில் பேரொத்த நடியாயிருன்னு. மரிச்சுப்போயி, ஆ போட்டோ கண்டோ! எண்ட அம்மையா.'

அவள் காட்டிய திக்கில் மாலை போட்டு ஒரு அம்மாவின் படம் இருந்தது.

'தமிழ் படிக்கவே தெரியாதா?'

'கொறைச்சு கொறைச்சு அறியும்' என்று தினத்தந்தியை எடுத்து அதன் கொட்டை எழுத்துக்களை மெதுவாக 'பால்காரருக்கு இருபது வெட்சம்' என்று படித்தாள்.

'வெரிகுட்.'

'எனிக்காணு இருவது லட்சம் கிட்டிதுன்னு ஞான் இதொக்க விட்டுட்டு போயானே. எந்தின இருவது லட்சம்? பத்தாயிரம் மதி. ஓ! பத்தும் வேண்டாம், ஒந்நாயிரம் மதி! கேட்டோ பாலன் சேட்டா?'

அவன் கவனிக்காமல் உள்ளே செல்ல அவன் போன திசையை முறைத்துப் பார்த்தாள். 'நான் போய் என்ன சொல்லணும்' என்றேன் உடையைப் பற்றித் தீர்மானம் கிடைக்காமல்.

'இரிக்க' என்றாள்.

‘எனக்கு அவ்வளவா மலையாளம் வராது.’

‘எனிக்கு தமிழ் வராது’ என்றாள். நாய் வாலை ஆட்டிக்கொண்டு வர அதைத் தூக்கி வைத்துக்கொண்டு சற்றுநேரம், ‘மோனே, மோனே’ என்று அதைப் பழுது பார்த்தாள்.

‘தமிழ்ப் படத்தில் நடிக்கிறிங்க. தமிழ் கத்துக்கங்களேன்.’

‘நீங்கள் கத்துக் கொடுக்கறதா?’

‘‘கத்துக் கொடுக்கறதா’ இல்லை. ‘கொடுக்கறீங்களா?’’

‘கொடுக்கறீங்களா?’

‘கொடுக்கறேன்.’

‘ஈ சினிமா லோகம் வளர மோசம்.’

‘மறுபடி மலையாளமா? தைரியமா தமிழ்ல பேசுங்க. ‘இந்த சினிமா உலகம் ரொம்ப மோசம்.’ என்ன அஃறிணை கொஞ்சம் அதிகமா வருது. பரவாயில்லை. நீங்க கொஞ்சிக் கொஞ்சிப் பேசறது அழகாவே இருக்கு.’

‘அம்பிகை ராதை எல்லாம் தமிழ் பேசுமோ?’

‘பேசும்னுதான் சொல்றாங்க.’

‘ஏய்! ராதைக்கு டப்பிங்காணம்.’

‘அவங்க எப்படிப் போனா என்னங்க?’

‘விஜிஆர் சார் வளர... இல்லை, ரொம்ப நல்லது, இல்லை, நல்லவர்.’

நான் மையமாக ஆமோதித்தேன்.

‘எனிக்கு ஈ கேமரா பர்த்டேக்கு கொடுத்தது. அவுட்டோரில்’ என்று கேமராவைக் காட்டினாள். சட்டென்று ஞாபகம் வந்தவள் போல கொஞ்சம் இருக்கட்டும். இதா வரேன்’ என்று சந்தடி இல்லாமல் மாடிப்படியை நோக்கிச் சென்றாள். வீட்டுக்கு மாடிப்படி இருப்பதை உணர்ந்தேன். ஒரு அறைக்கு மேல் இருக்க முடியாது. அங்கிருந்து கொஞ்ச நேரத்தில் அதே முறையில் சன்ன மாகத் திரும்பி வந்து என்னிடம் ஒரு சன்னப் பொட்டலத்தைக் கொடுத்தாள். ‘இதை ப்ரிண்ட் போட்டு கொடுக்கச் சொல்றது.’

‘என்ன இது?’

‘சேட்டனுக்குத் தெரியண்டாம்’ என்றாள். அவள் குரலில் சதியும் சின்னக் குழந்தையின் கண்ணாமூச்சி உற்சாகமும் இருந்தது. ‘ஒரு கவரில் போட்டு ஒட்டிக் கொடுக்கட்டும்.’

‘இது என்ன?’ என்று கேட்டதற்குப் பதில் சொல்வதற்குள் சேட்டன் வந்துவிட ‘அப்புறம்’ என்று கண்ணைக் காட்டினாள். அந்தப் பொட்டலத்தைப் பையில் போட்டுக்கொண்டேன். அவள், ‘கொஞ்சம் இருக்கட்டும். டிரஸ்ஸு கொடுக்கறது’ என்று சொல்லி உள்ளே போக பாலன் என்னைப் பார்த்து, ‘வண்டி ஸ்டூடியோ வுக்குப் போறதா’ என்றான்.

‘ஆமாம்.’

‘என்னை ஜெமினில விட்டுட்டுப் போங்க.’ இவன் தமிழ் அவளை விடப் பரவாயில்லை. சேட்டன் என்று ஒப்புக் கொள்வதுதான் கஷ்டமாக இருந்தது. சந்தேகப் பார்வை. கொஞ்சம் உயர் மட்டத் திலிருந்து என் சட்டை கசங்கியிருப்பதையும் நான் சற்றுக் கருப் பாக இருப்பதையும் தேர்ந்தெடுத்துப் பார்க்கும் பார்வை.

சுலேகா அந்த உடையைக் கொண்டுவந்து கொடுத்தாள். ‘ராவ் கிட்ட சொல்லுங்க, இங்க ஒரு அர்றை இன்ஞ் லூஸ் பண்ணிடறது.’

அவளை விட்டுப் பிரியத் தயக்கமாக இருந்தது. இன்னும் கொஞ்சம் பார்க்கவேண்டும் போல இருந்தது. இவளுக்குத் தமிழ் கற்றுக் கொடுக்க யாராவது வாயெடுத்தால் உடனே ஒப்புக் கொள்ளத் தீர்மானித்தேன். காரில், ‘விஜிஆரை உனக்கு நல்லாத் தெரியுமா?’ என்று கேட்டான் அண்ணன்காரன்.

‘அவ்வளவு தெரியாது.’

‘முரளியை?’

‘அவரையும் அதிகம் தெரியாது. கதை எழுதக் கூப்பிட்டனுப்பிச் சிருக்காங்க. வேற ஆளில்லை. அதனால டிரஸ் சரி பார்க்க வந்தேன்’

‘கிரிஜைக்கு ஒண்ணாங்கிளாஸ் பார்ட்டா எழுதணும்.’

‘சரி.’

'பாக்யராஜ் இவளைக் கூப்பிட்டது. அதை விட்டுவிட்டு விஜிஆர் படம் ஒப்புக்கிட்டதாக்கும்.'

விஜிஆர் பெரிய நேம் இல்லைங்களா? உங்க சிஸ்டருக்கு இனிமே அதிர்ஷ்டம் பாருங்க.'

'இப்பவே நிறையப் பேர் கேட்டுக்கிட்டு இருக்காங்க. பயங்கர பப்ளிசிடி!' காரின் முன்பக்கத்திலிருந்து ஸ்வாதீனமாக, 'ஸ்டேட் எக்ஸ்பிரஸ்' பாக்கெட் எடுத்து, அதிலிருந்து ஒரு சிகரெட் பற்ற வைத்து மிச்சத்தைப் பைக்குள் செலுத்திக்கொண்டான்.

அவனை ஜெமினியில் இறக்கிவிட்டதும் டிரைவர், 'சரியான கஞ்சப் பயலுங்க! இருக்கிய பாயட்டெல்லாம் அள்ளிட்டுப் போயிருவான். காஸட்டைக் கூட எடுத்துக்கிடுவான். நீங்க இருக்கிங்கன்னு விட்டு வைச்சான். முதலாளி படம் சக்ஸஸ் ஆனா இவனுக்கு ஒரு கார் கொடுக்கறதாச் சொல்லியிருக்காரு.'

'அந்தப் பொண்ணு எப்படி?'

'அது பொம்மைங்க. ஒண்ணும் தெரியாது. இவந்தான் ஆட்டிப் படைக்கிறான். என்னாண்டைகூட ஒருமுறை சொல்லியிருக்கு. 'மூர்த்தி! என்னை இப்படியே கொல்லத்துக்குக் கூட்டிப் போயிடு. எல்லாத்தையும் விட்டுட்டு கிராமத்துக்குப் போயிர்றேன்'னு சொல்லும். அதுக்கு கொஞ்சம் கல்யாண ஆசை இருக்குதுங்க. கல்யாணம் பண்ணிக்கிட்டு பிள்ளைங்க பெத்துக்கிட்டு வளக்கணும்ங்கிறது இவுங்க விடுவாங்களா? சக்கையாப் பிழிஞ்சுட்டுத்தானே விடுவாங்க. நல்ல பொண்ணுங்க.'

'இவன் அண்ணனா?'

'அண்ணன்காரன் இல்லைன்னு பேசிக்கிறாங்க. சித்தப்பா மகனோ இல்லை ஒரு வேளை லவ்வரோ ஒண்ணுஞ் சொல்ல முடியாதுங்க. இந்த மாதிரி உறவெல்லாம் ஆழமாப் போகக் கூடாதுங்க.' எனக்கு சுலேகாவைப் பற்றிக் குழப்பமாக வயிற்றில் இனம் பிரிக்க முடியாத உணர்ச்சி ஏற்பட்டது. இங்கேயே காரைத் திரும்பச் சொல்லி மறுபடி அந்த வீட்டுக்குப் போய் அவள் நிசமானவளா, அந்தக் கண்கள் அத்தனைக் கருமையா என்று நிச்சயம் செய்துகொள்ளப் பகுத்தறிவில்லாத இச்சை ஏற்பட்டது. யார் மேலேயோ பொறாமையாக இருந்தது. ஒரு கணம் மனம் தடுக்கிக் கேரளத்தில் மௌன ஏரிப்பரப்பின் அருகே அவளுடன்

நடந்து பார்த்தேன். திகைப்பாகவும் குழப்பமாகவும் இருந்தது. இதுவரை பெண்களைத் தீவிரமாக எண்ணாத என்னை அவள் ஒருவகையில் சங்கடம் பண்ணினாள்.

அவள் என்னிடம் சதிப் பார்வையுடன் கொடுத்த அந்தக் காகிதப் பொட்டலத்தைப் பிரித்துப் பார்த்தேன். கோடக்ரோம் பிலிம் சுருள் அது. எதற்கு என்னிடம் கொடுத்தாள் என்று விவரம் கேட்க வேண்டும். நாளை படப்பிடிப்பு இடைவேளையின்போது கேட்டுவிடலாம். அவளுடன் பேசுவதற்கு ஏதாவது சாக்கு.

டப்பிங் தியேட்டர் வெளியில் அலுமினிய நாற்காலியில் நான்கைந்து பேர் உட்கார்ந்து பியர் அருந்திக் கொண்டிருந்தார்கள். முரளி என்னைப் பார்த்ததும் 'என்ன பொருந்துதாமா?' என்றான்.

'கொஞ்சம் செஸ்டில் புடிக்குதுன்னாங்க.'

'துரை, நீ போய் ராவ்கிட்ட தகவல் சொல்லு. காலை ஸ்டூடியோ வில் கொண்டாந்து கொடுக்கணும்னு சொல்லு. அப்படியே 3636-ஐ எடுத்துக்கிட்டு நீ சாப்பாட்டுக்கு போய் வர்றப்ப சாமுவேல் கிட்ட செட்டுக்குச் சொல்லிடு.' தொடர்ச்சியாக அவன் ஆணைகள் பிறப்பிக்கும்போது 'இதனை இதனால் இவன் முடிக்கும் என்றாய்ந்து அதனை அவன் கண் விடல்' என்று வள்ளுவரை நடைமுறையில் பார்த்தேன். 'சுலேகாவைப் பற்றி என்ன நினைக்கிறீங்க? அண்ணனைச் சந்திச்சிங்களா?'

'பொய்யில்லா பொண்ணுங்க. அண்ணனைப் பத்தி அப்படிச் சொல்ல முடியாது.'

'கதாசிரியர் நல்லாக் கணிச்சு வெச்சிருக்கிங்க. தமிழ்தான் சுட்டுப் போட்டாலும் வரலை. டப்பிங் சொந்த வாய்ஸ்தான்னு பெரியவர் தீர்மானம் பண்ணிருக்காரு. சந்தர்ப்பம் கிடைக்கறப்பல்லாம் சொல்லிக் கொடுங்க. அந்த ஒன்லைனுககு புஸ்தகம் வீட்டிலே இருக்குது. போறப்ப வாங்கிட்டுப் போயிருங்க.'

நிறைய இருட்டினப்புறம்தான் அவனுடன் புறப்பட முடிந்தது. நாடகக் கொட்டகை வட்டத்தின் அருகில், கிரிக்கெட் மைதானத்தின் அருகில், அமைதியாக இருந்தது விஜிஆரின் வீடு. எட்டடி உயரத்துக்கு குரோட்டன்ஸ் சுத்தமாக முடி வெட்டப்பட்டிருந்தது. சுற்றிலும் மறைத்ததால் உள்ளே காம்பவுண்டுக்குள் நுழைந்தபின்தான் இத்தனை பெரிய வீடு என்று தெரியவந்தது.

விஜிஆரின் மனைவி வாசலில் ஊஞ்சலாடிக் கொண்டு 'ஞானபூமி' படித்துக்கொண்டிருந்தாள். நெற்றியில் பெரிய பொட்டு.

'என்ன முரளி இத்தினி நேரம்?' என்றாள்.

'ரொம்ப வேலைக்கா' என்றான்.

'என்ன ஆச்சு, ஏதாவது மேற்கொண்டு தெரிஞ்சுதா?'

'இல்லை. அதேதான்.'

'கதாசிரியர். கொஞ்சம் இருங்க' என்று உள்ளே போனான். அவள் என்னைப் பார்வையால் அளவெடுத்தாள். பட்டுப்புடைவையில் பாதி சரிகையாக இருந்தது. உடம்பில் சாத்தியமுள்ள இடமெல்லாம் நகை. வராந்தா வெளிச்சத்தில் வைரமூக்கு சற்றே நீலம் காட்டியது. 'உங்களுக்குச் சொந்த ஊரு எது?'

'தேனிம்மா.'

'தேனி மாதிரி சுறுசுறுப்பா இருப்பிங்களாக்கும். சுலேகாவைப் பாத்திங்களா?'

'பாத்தேம்மா' என்றேன் கேள்வியை எதிர்பார்க்காத தயக்கத்துடன்.

'நல்ல அழகில்லை அந்தப் பொண்ணு?'

'ஆமாம்மா.' முரளி வந்து அந்தப் புத்தகத்தை என்னிடம் கொடுத்தான். 'டிராப் பண்ணிக்கிட்டு வண்டி அனுப்பிச்சிருங்க.'

'அவளுக்கு இருவத்திரண்டு வயசு' என்றாள். 'தேவடியா! எல்லாருமே தேவடியாளுக!'

'சரி சரி, இதெல்லாம் இவருக்கென்ன இப்ப?' என்றான் முரளி. நான் 'வர்றேம்மா' என்று வணக்கம் தெரிவித்துவிட்டுப் புறப்பட்டேன். விஜிஆரின் மனைவி கொஞ்சம் அசடு போலும்!

ரங்கநாதன் முனை ஹோட்டலில் சாப்பிட்டுவிட்டு அறைக்கு வந்து படுத்து அந்தப் புத்தகத்தைப் புரட்டியபோது சிந்தனை தடுமாறியது. புத்தகக் கதாநாயகியும் சுலேகாவும் கலந்துபோய்க் குழப்பினார்கள். அதிகாலை எழுதிக்கொள்ளலாம் என்று அலாரம் வைத்துப் படுத்தபின்னும், விளக்கணைந்த பின்னும், சுலேகா

அஆஇஈ என்று பாலபாடம் பயிலும்போது, 'தேவடியா ஒவ்வொரு எழுத்துக்கும் சிரிக்கணுமா?' என்று விஜிஆரின் மனைவி கேட்க, பாடம் மாறிப்போய் விஜிஆரின் மனைவிக்குத் தேனியில் மலையாளம் கற்றுக்கொடுப்பது போலக் கனவுப் பாதை தவறியது!

4

மறுநாள் காலை சுலேகா என்னை ஸ்டூடியோவில் அடையாளம் கண்டுகொள்ளவில்லை. ஓரிரு முறை சிரித்துப் பார்த்தேன். வீண். விஜிஆர் சாருடன் நின்ற வாக்கிலேயே சிரித்துப் பேசிக் கொண்டிருந்தாள். அண்ணனைக் காணவில்லை. டான்ஸ் மாஸ்டர் பெண்மணி ப்ளே பேக் போட்டு ஒரு வரியில் ட்டூ, ட்டூ என்று தாள வாத்தியத்துக்கேற்ப தலைக்கு மேலே கைகளைக் கோர்த்துக்கொண்டு இடுப்பை வெட்டச் சொன்னாள். 'ராஜு சார், இதான் ஃபைனல் டேக். இனி எடுத்தா அயடக்ஸ் விளம்பரம்தான்' என்றாள். விஜிஆர் அவளைக் 'கண்ணு' என்று அழைத்தார். நான் மரத்தடியில் ஒதுங்கினேன். என்னை அவள் கவனிக்கவில்லை என்பது குறையாக இருந்தது. ராவோடு ராவாக மையல் கொண்டுவிட்டால் அவள் என்ன செய்வாள்? விஜிஆர் என்னைக் கூப்பிட்டு, 'என்ன ஒன்லைன் ரெடியா?' என்றார்.

'இல்லைங்க, நாளைக்குத் தயாராயிடும்.'

'விஜிஆர் சார்! கரிகாலன் எனக்குத் தமிழ் கத்துத் தரது.'

அட! என்னை ஞாபகம் இருக்கிறதே.

'கத்துக்கறியா கண்ணு? ரொம்பத் துடி என் கண்ணு!' என்று அவள் இடுப்பைத் தட்டினார். 'போங்க சார்!'

என்று இவரை அவள் திரும்பத் தட்டி கண்ணாடியை எடுத்துக் கொண்டு மாட்டிக்கொள்ள நான் சட்டென்று முரளியைப் பார்த்தேன். சினிமாவில் இதெல்லாம் சகஜம் என்பது போலப் புன்னகைத்துக் கொண்டிருந்தான்.

'எல்லாரையும் சாப்ட்டுரப் போறா பாரு. ஸ்ரீதேவி, ஜெயப்ரதா எல்லாத்தையும் முழுங்கிறப் போறா பாரு.'

'எனிக்கு அதெல்லாம் வேண்டா.'

'கல்யாணம் கட்டிக்கிட்டு, அது என்ன ஊரு கொல்லம் பக்கத்தில் ஏதோ சொல்லுவியே, அங்க குழந்தை பெத்துக்கணும். அதானே வேணும் உனக்கு?'

'ஆமாம். ஆமாம்.'

'முதல்ல நடி. அப்புறம் கல்யாணம்.'

'இதுதான் லாஸ்ட் படம்.'

'இதுதான் முதல் படம்.'

'இதுதான் லாஸ்ட்டுன்னு ப்ராமிஸ் பண்ணுங்க. அப்பதான் அடுத்த ஷாட்டு!' என்று அவர் மார்பில் செல்லமாகக் குத்தினாள். 'சரி போ ஓடு! சமத்தா ஆடு' என்று அவளைப் பிடித்துத் தள்ளி னார். எழுந்தார். 'முரளி, பிலிமுக்கு ஏற்பாடு பண்ணிட்டியா?'

'ஸ்டாக் இருக்குது மாமா. கொஞ்சம் செக்கில கையெழுத்துப் போடணும். ஆபீஸ் பக்கம் வந்தீங்கன்னா...'

'வரேன்' என்று எழுந்து சென்றார். 'முரளி சார், ஒரு விஷயம், நேத்திக்கு டெஸ்ட்டு ஏதோ சொன்னிங்களே?' என்று கேட்டேன்.

'மறந்துட்டேன். நேராப் போனிங்கன்னா எட்டாம் நம்பர் ஃப்ளோர் வரும். அங்க காஸ்ட்யூமர் ராதாகிருஷ்ணனைப் பாருங்க. அவரு சட்டை கொடுப்பாரு. பக்கத்திலேயே டெஸ்ட் எடுப்பாங்க. நடந்துகிட்டுதான் இருக்கு, சீக்கிரம் போங்க!' நான் விரைவாக நடந்து அங்கே சென்றேன்.

ராதாகிருஷ்ணன் என்பவர் 'என்ன சைஸு?' என்று கேட்டார்.

'நுப்பத்தெட்டுங்க.'

புதிதாக பளபளப்பான சட்டை கொடுத்தார். அதன் முதுகில் இரண்டு இதயங்கள் அம்பு குத்தப்பட்டு ரத்தம் சிந்திக் கொண்டிருந்தன.

நான் அங்கே செல்வதற்குள் கேமரா துணியால் மூடப்பட்டு விட்டது. ஒரு ஆள் கவலையுடன் ஒரே திசையில் பார்த்துக் கொண்டிருக்க அவரைக் கேட்டதில், 'ஏன்யா? இருக்கிறவனல் லாம் மனுஷனா மாடாய்யா! ஒவ்வொருத்தரா நீர்ச் சுருக்குக்கார னுக்குச் சொட்டறாப்பல வந்திங்கன்னா நான் எப்ப லஞ்சுக்குப் போறது?'

'முரளி சார் இப்பதான் சொல்லியனுப்பிச்சார்.'

'கேமராமான் போயாச்சு. நாளன்னைக்கு வா மறுபடியும்.'

நான் சற்று ஏமாற்றத்துடன்தான் விலகினேன். முரளியிடம் திரும்பி வந்து சொன்னபோது, 'கூலிக்கு மாரடிக்கிற பயலுவ, ஆளை விட்டு இருக்கச் சொல்லியிருக்கு. அரை நிமிஷம் தங்க மாட்டாங்களே.' சுலேகா என்னைக் கண்கொட்டாமல் பார்த்து 'இன்னைக்குத் தமிழ்ப் பாடம் உண்டா?' என்றாள்.

'வேண்டாம். நாளைக்கு! இன்னைக்கு ஷூட்டிங் முடிஞ்சு வர நேரமாயிடும்.' அவளருகில் இருப்பதே பாக்கியம் போல இருந் தது. முரளி வேறு வேலையாக விலகிச் செல்ல சுலேகா, 'இந்தச் சட்டை உங்களுக்கு நல்லாவே இருக்குது. ரஸ்ட் கலரா, ஆப்பிள் கலரா?'

'உன் உதடு கலர்.'

'இந்த மரத்துக்குப் பேர் ஜாக்கராண்டா, இங்க எத்தனை பேருக்கு இந்த மரத்துப் பேர் தெரியும்?'

'ஆமாம்.'

'நீங்கள் கவிதை எழுதுமோ?'

'எழுதுவேன்.'

'என்னைப் பத்தி ஒரு கவிதை சொல்லேன்.'

'அப்படி சட்டுனு வராது. யோசிச்சு எழுதிக்கொண்டு வரேன்.'

'நான் ஒண்ணு சொல்ட்டா, புரியுமா?'

'சொல்லுங்க!'

உயிரின் உணர்வேகும் நீரினு நமஸ்காரம்
ஊரினு நீரேகுன்ன மாரிக்கு நமஸ்காரம்
மாரிக்கு மாதாவாகும் காரினு நமஸ்காரம்
காரினு சிறகாகும் காற்றக்கு நமஸ்காரம்
கதற்றினு குளிரேகும் காடினு நமஸ்காரம்
காடினு காவலாகும் நாடினு நமஸ்காரம்
நாடினு கண்ணாய், கையாய், காலாய் வர்த்திக்குன்ன
நரனு நமஸ்காரம் நரனு நமஸ்காரம்
நரனே நரனாக்கும் தர்மமே நினக்காயிட்டு
ஆயிரம் நமஸ்காரம் ஆயிரம் நமஸ்காரம்

'எப்ப்டி?'

'நல்லா இருக்கு. 'மாரி'ன்னா தமிழ்லயும் மழை. 'கார்'னா தமிழ்லயும் மேகம்.'

அவளை டான்ஸ் மாஸ்டர் அழைக்க மறுபடி இடுப்பு வெட்டுவதற்காகச் சென்றாள். ப்ளே பேக் யூனிட் நாராசமாக 'வாடி எந்தன் பைங்கிளி, கழுத்தில கட்டு சங்கிலி' என்று ஒலிக்க இந்த வரிகளின் அபத்தத்துக்கும் அவள் சொன்ன எளிய கவிதை வரிகளுக்கும் உள்ள வித்தியாசத்தை வியந்தேன்.

இவளுக்குள்ளே ஒரு சன்னமான குழந்தை, ஒரு கவிதா நெஞ்சம் பொதிந்திருக்கிறது. இவளைப் பற்றி ஏனோ கவலையாக இருக்கிறது. சுற்றுப்பட்டவர்கள் எல்லோர் பார்வையிலும் களங்கம் இருந்தது. டான்ஸ் உடை அவள் பாதி மார்பைக் காட்ட, காலில் வெண்மை தெரிய எல்லோரும் ஒரு சமூக முயற்சியாக அவளைத் தோலுரிப்பதுபோலப் பட்டது.

நேராக அறைக்கு வந்தேன். அவளுக்குக் கவிதை எழுதித் தர வேண்டும் என்று உற்சாகமாகிவிட்டது. நான் பைத்தியமாகிக் கொண்டிருக்கிறேன். 'இந்தப் பொண்ணு யாரையும் கலக்கிரும் மச்சி' என்று விஜிஆர் சொன்னது நினைவுக்கு வந்தது. எட்டு முறை கவிதையை ஆரம்பித்துக் கிழித்துப் போட்டேன். ஒன் லைன் ஒரு வரிகூட இன்னும் ஆரம்பிக்கவில்லை. விஜிசி காலனி போனால் என்ன என்று தோன்றியது. கவிதை பிறக்கவில்லை. கிறுக்குத்தான் பிடித்திருந்தது.

ராத்திரி ஒரு மணிக்குப் பக்கத்து அச்சாபீஸ் ட்ரெடில் சப்தம் கேட்டு எழுந்துவிட்டேன். சட்டென்று அந்தக் கவிதை உதயமானது -

வாய்ப்புக் கிடைத்தால்,
விடுதலை செய்து
ஒரு ஜலப்பரப்பில்
இந்தத் தங்க மீனைச் சேர்த்துவிட வேண்டும்.

5

ஒருவாரம் சுலோகாவைத் தினசரி பார்த்துத் தமிழ் கற்றுத்தரச் சந்தர்ப்பம் கிடைத்தது. முரளிதர் எனக் காக பஸ் ஸ்டாண்டு ஓட்டலிலே ரூம் போட்டு திரைக்கதை எழுதச் சொன்னான். பச்சை பெயிண்ட் அடித்துச் சுவர்களில் மூட்டைப்பூச்சி தேய்த்த ரத்தக் கறைகளுக்கு இடையில் ஆங்கில நாவலுக்குச் சினிமா வேஷம் கொடுத்தேன். இந்தக் கலையில் நான் சற்றுப் பழக்கப்பட்டுவிட்டதால் சுலபமாகச் செய்ய முடிந்தது.

விஜிஆருக்கு எழுதினதை வாசித்துக்காட்டக் காத்திருந்து தாவு தீர்ந்துவிட்டது. ஒரு முறை ஆபீஸ் அறையில் சிக்கி என் கதைச் சுருக்கத்தைக் கேட்கத் தயாராக இருந்தபோது பம்பாயிலிருந்து ரமேஷ் சிப்பியிடமிருந்து ட்ரங்க்கால் வந்து காணாமற் போய்விட்டார். மறுமுறை பாம்குரோவ் ஓட்டலில் 234-ம் எண் அறையில் ஒரு நாள் ராத்திரி பதினோரு மணிக்குக் கூப்பிட்டிருந்தார். ‘முழுக்க வாசிச்சுக் காட்டிருய்யா. நாளைக்கு இதை முடிவெடுத்தே ஆகணும். கதை கிடைக்காம பூஜை போட்டதே இல்லை. சொல்லு!’

சிகரெட் பற்ற வைத்துக்கொண்டு கையில் ஸ்காட்ச் கோப்பையை நிரப்பிக்கொள்ள நான் முதலில் ஒன் லைனைப் படிக்க ஆரம்பித்தேன். என் கதையில்

கொஞ்ச நேரம் கவனம் செலுத்தினார். நமக்குத் தோதுப்படாத கதை அது. எப்படியோ விஜிஆருக்கு அதன்மேல் மோகம். வெள்ளைக்காரர்கள்கூட மோசமாக எழுதுவார்கள் என்பதற்கு அத்தாட்சியாக இருந்தது.

'குமார் காரை எடுத்துக்கொண்டு எழிலியின் வீட்டுக்குள் போகிறான் (மூலக் கதையில் எமிலி!). அங்கே மெல்லக் கதவைத் திறக்கையில் லேசாக ரத்தக் கறை தெரிய நாய் குரைக்கும் சத்தம் கேட்கிறது...'

'இருய்யா! முரளி, நான் இந்தக் கதையா அன்னைக்குச் சொன்னேன்?' அருகே கை கட்டிக்கொண்டு நின்ற முரளி, 'ஆமாம் மாமா. நான் அப்பவே நல்லால்லைன்னு சொன்னேன். நீங்கதான் கேக்கலை.'

'இல்லை. வேற சொன்னேன். இது ரொம்ப அடாஸா இருக்கு. இதப் பாரு கரிகாலா, உங்கிட்ட ஏதாவது நல்ல நாட்டா இருக்குதா?'

'உறங்காதே!' சட்டென்று ஞாபகம் வர, 'இருக்கு, சொல்லட்டுங் களா?'

'இப்ப லேட்டாயிருச்சு, காலைல பளிச்சுன்னு ஸ்டூடியோவுக்குக் கிளம்பறதுக்குள்ளே சொல்லிரு. தங்க நாட்டா இருக்கணும்! என்ன? போய்ட்டு வா. சுலேகா உன்னைப்பத்தி கேட்டுக்கிட்டு இருந்தது. நல்லா தமிழ் கத்துக் கொடுக்கறியாமே?'

'அந்தப் பொண்ணு நல்லாவே கத்துக்குதுங்க!'

'பத்து நாளிலே புடிச்சுக்கும். ரொம்ப துடி அது. எங்கிட்ட உயிரே வெச்சிருக்கு! என்ன முரளி?'

'ஆமாம் மாமா.' விஜிஆர் கிளம்பி ஸ்டூடியோவுக்குப் போய் விட்டார்.

வெளியே வந்தபோது சுலேகாவுக்காக வண்டி ஒன்று போகிற தாகச் சொன்னார்கள். ஸ்டூடியோவில் ஷூட்டிங் முடிந்து வீட்டுக்குப் போகிறாளாம். அதில் தொற்றிக் கொண்டேன். அண்ணன் பாலன், சுலேகா, விஜிஆர் மூவரும் பேசிக்கொண்டி ருக்க சற்று தூரத்தில் முரளி நின்று கொண்டிருந்தான். விஜிஆர் தலையைத் தலையை ஆட்ட சுலேகாவும் கொஞ்சம் உணர்ச்சி

வசப்பட்டுப் பேசினாற் போல இருந்தது. அண்ணன் அவளோடு கார் கதவுவரை பேசிக்கொண்டே வந்தான்.

'நீ வளரே த்ரிதி பிடிக்கன்னு. அத்தே உற்த்தோடு அங்ஙனே சோதிச்சதன்னே தெற்றாணு' என்றான். பாலன் வண்டியில் ஏறிக் கொள்ளவில்லை. பின் சீட்டில் சுலேகா மட்டும் ஏறிக்கொள்ள டிரைவர் மூர்த்தி மௌனமாக காரைச் செலுத்தினான். என்னைக் கவனிப்பாள் என்று திரும்பிப் பின்பக்கம் பார்த்தேன். சுலேகா அழுதுகொண்டிருந்தாள். மூர்த்தி அதை கேட்கவில்லைபோல கார் ஓட்டிக்கொண்டிருந்தான். எனக்கு மிகவும் சங்கடமாக இருந்தது. நான் இருப்பதைக் கவனிக்காமல் அழுகையில் கவன மாக இருந்தாள். கைக்குட்டையால் முகத்தை அழுத்தி அழுத்தித் துடைத்துக்கொண்டு விட்டு விட்டு அழுதாள். கொஞ்சம் அடங் கட்டும் என்று காத்திருந்து 'மன்னிச்சுக்குங்க. எதுக்கு அழறீங்க? என்னால் ஆறுதலா ஏதாவது சொல்ல முடிஞ்சுதுன்னா...' அப்போதுதான் என்னை நிமிர்ந்து பார்த்தாள்.

'அட! தமிழ் வாத்தியாரா? ஸோரி' என்று கண்ணீரிடையே சிரிப்பது பஜார் விளக்குகளின் கடக்கும் வெளிச்சத்தில் கன்னத்து முத்துடன் தெரிந்தது.

'படப்பிடிப்பில ஏதாவது நடந்து போச்சா?'

'இல்லியே' என்றாள்.

'பின்ன என்ன விஷயம்?'

'சொந்த விஷயம்' என்றாள். எனக்கு மேலே கேட்கத் தயக்கமாக இருந்தது. விஜசி காலனி வந்துவிட அவள் இறங்கிக்கொள்ள 'குட்நைட்' என்றேன்.

'வாங்க! வந்துட்டு சாயா அடிச்சுட்டுப் போறது. சேட்டனுக்கு கார் வரும்.'

நான் சந்தோஷத்துடன் இறங்கிக்கொண்டேன். அந்தச் சிறுமி கதவைத் திறக்க உள்ளே அவளுடன் செல்லும்போது 'பிலிம் என்ன ஆச்சு?' என்றாள்.

'டெவலப் பண்ணக் கொடுத்திருக்கேன்.'

'நேரா எங்கிட்ட கொடுக்கணுமாக்கும். கரிகாலன் சாருக்கு விவாஹம் கழிஞ்சோ?'

35

‘இல்லை.’

‘யாராவது லெவ் பண்றதா?’

‘இல்லை. உன்னைத்தான்!’ என்று சொல்ல வாயெடுத்தேன்.

‘கவிதை என்ன ஆச்சு?’

‘ஆச்சு’ என்றேன். அந்த ‘தங்க மீனை’ சொன்னேன்.

‘தங்க மீனு நான்தானே?’

‘ஆமாம்.’

‘கரிகாலன் என்னைத் தண்ணில சேர்க்குமோ?’

‘நிச்சயம் செய்யறேன் சுலேகா’. அவள் கண்களில் நீர் திரையிட்டது.

‘கரிகாலன் சத்தியம் அடிச்சுச் சொல்லணும். யார்கிட்டயும் சொல்ல மாட்டேன்னு.’

‘யார் கிட்டேயும் சொல்ல மாட்டேன் சுலேகா! சொல்லுங்க.’

‘நான் ஒருத்தரை விவாஹம் கழிக்கப்போறது. ரொம்ப ரஹஸியம். பிரஸ்ஸுக்கு சொல்லக்கூடாது! சத்தியம் பண்ணிச் சொல்லணும்’ என்று கையை நீட்டினாள்.

நான் திகைப்புடன் அவள் கையைத் தட்டி வாக்களித்தேன்.

‘யார் கிட்டயும் பரயண்டா... சொல்றதில்லை. என்ன? எனிக்கு ஈ சினிமையெல்லாம் வேண்டாம். ஒம்போது வயசிலிருந்து அபினயம் செஞ்சு அலுத்துப் போச்சு. ரொம்ப மோசம். காமிரை யின் முன்னாலே என்னைப் பொம்மை மாதிரி வெச்சு எல்லோ ரும் வேடிக்கை பார்க்கறது. பணம் வந்து என்ன பிரயோசனம்? சந்தோஷம் இல்லை. பதிமூனு வருஷம் போதும். எனிக்கு பேர் வேண்டாம், பிரபலம் வேண்டாம். ஒரு கொச்சு... சின்ன வீடு, கொஞ்சம் பணம் போதும். ஒரு நல்ல கணவன். எல்லாத்தையும் விட்டுரும். எனிக்கு கரிகாலன் ஹெல்ப் தேவையா இருக்கு. மைசூர்ல நடந்ததிலே தொடங்கி எல்லாம் சொல்லிடறது. யார் கிட்டயும் சொல்லவேண்டாம். பிரஸ்ஸுக்கு சொல்லவேண் டாம். அவர்தான் இப்ப யார்கிட்டயும் சொல்ல வேண்டாம்னு சொல்லியிருக்கு. கரிகாலன் கிட்ட மட்டும் நான் சொல்றது!’

சரி சரி. யாரைப் பற்றிச் சொல்லப் போகிறாள்? இதற்குள் வாசலில் கார் கதவைச் சாத்தும் சப்தம் கேட்க, 'சேட்டன் வந்நு. இப்ப வேண்டாம். சண்டே ஷூட்டிங் இல்லா. சேட்டன் கொச்சிக்குப் போறது. வீட்டுல யாரும் இல்லாம நான் தனியா இருக்கும். அதனால வீட்டுக்கு மத்தியானம் சாப்பிட வரது. நான் எல்லாம் சொல்லிடறது. என்ன?'

பாலச்சந்திரன் உள்ளே நுழைந்து என்னை வெறுப்புடன் பார்த்தான். 'நீ ஏன் இங்கிருக்கிறாய்?' என்பதுபோல. வாசலில் டிரைவர் ஹாரன் அடித்தான். 'நீங்க போங்க, நேரமாயிடுச்சில்ல?' என்று என்னைத் தள்ளாத குறையாகக் கதவைச் சாத்தினான். அவனிடம் விஸ்கி வாசனை இருந்தது. காரில் அறைக்குத் திரும்பியபோது, 'ஏன் அண்ணனிடம் சொல்லவேண்டாம் என் கிறாள்? மைசூரில் என்ன நடந்தது? ஞாயிற்றுக்கிழமை என்ன சொல்லப் போகிறாள்?' என்று யோசித்தேன். எனக்கு அவளது முகம் தெரியாத காதல் கணவனைப் பற்றிப் பொறாமையாக இல்லை. அவளை எந்த வடிவத்திலும் என்னால் காதலிக்க முடியும். என் காதலுக்கு அவள் உடல் தேவையில்லை. உள்ளம் தான்! முதன்முதலாக அவள் வாழ்க்கை அத்தனை ஒன்றும் சிக்கல் இல்லாததல்ல என்பதை அவள் கன்னத்தில் வழிந்த கண்ணீர் முத்துக்கள் அறிவித்தன.

6

மறுதினம் 'திரைமலர்' என்ற பத்திரிகையில் அந்தச் செய்தி வந்திருந்தது. அதையும் என் பக்கத்து அறை ஆசாமி பார்த்துவிட்டுச் சொல்லித்தான் தெரிந்து கொண்டேன். அதில் 'காற்றினிலே' என்கிற பகுதியில் 'குருவி' என்பவர் எழுதியிருந்தார்.

'விஜிஆரின் கேரளக் கதாநாயகி முதல் தமிழ்ப் பட ரிலீஸுக்கு முன்பே காதலனையும் பார்த்துக் கொண்டு விட்டாளாம்! ஒரு தமிழாசிரியராம். விஜிஆரின் அடுத்த பெரிய படத்தில் இவள் நடிப்பைப் பார்ப்பதற்கு முன்னே நாமெல்லாம் இடுப்பைப் பார்க்கும்படியாக சகபத்திரிகைகள் பயங்கர பப்ளிஸிட்டி கொடுக்க நடிகை சொந்தக் குரலில் பேச ஆசையாம். தமிழ் கற்றுக் கொடுக்க வந்த குட்டிக் கதாசிரியர் கருப்புக்கால் சோழன் தமிழுக்குப் பதில் மற்றதெல்லாம் கற்றுக் கொடுப்பதாகத் தெரிகிறது.

சுலு இவரிடம் என்ன கண்டாளோ? காதலுக்கு கண்ணில்லை என்று லேசாகவா சொன்னார்கள்.

'கல்யாணப் பேச்சுக்கூடக் காற்று வாக்கில் அடிபடுகிறது. விஜிஆர் கொதிக்கிறாராம்.'

எனக்கு அதைப் பார்த்ததும் ஆத்திரமும் பயமும் ஏற்பட்டது. விஜிஆர் இதைப் பார்த்தால் என்ன

சொல்லுவார்? அவ்வளவுதான். என் எல்லாமே கோவிந்தாதான்! உடனே டிஸ்மிஸ்! சுலேகா என்ன சொல்லுவாள்? முரளிதர்? யார் இந்தக் குருவி? அவனை அப்படியே பிடித்துக் காலின்கீழ் அழுத்தித் தேய்க்கவேண்டும் போல ஆத்திரமாக இருந்தது. பத்திரிகை சுதந்தரம் என்றாலும் பொய் சொல்வதற்கு ஒரு அளவு வேண்டாம்? இப்போது என்ன செய்வது? யூனிட்டில் நிச்சயம் இதைப் படித்திருப்பார்கள்.

யூனிட்டிலிருந்து கார் வந்தது. 'கூப்ட்டனப்ச்சாருங்க.'

'எதுக்காம்?'

'அதெல்லாம் எனக்குத் தெரியாதுங்க.' எப்படித் தப்பிப்பது! உடம்பு சரியில்லை என்று சொல்லிவிடலாமா? எப்போதாவது விஜிஆரை எதிர்கொண்டே ஆகவேண்டும். இப்போது முடித்து விடுவது நல்லது. காரில் போகும்போது மூர்த்தி மௌனமாக இருக்க இவனும் படித்திருப்பான் என்று தோன்றியது. எப்போதும் கொஞ்சமாவது என்னிடம் பேசுவான். இன்று பேசவில்லை.

நான் சென்றபோது விஜிஆர் குளித்துவிட்டுத் திருநீறுடன் பொட்டுடன் ப்ரொஜக்ஷன் அறைக்குக்கீழ் இருந்த கம்ப்யூட்டருக்கு சூடம் காட்டிக் கொண்டிருந்தார். என்னைப் பார்த்து, 'வாங்க காதலரே' என்றார்.

எனக்கு திக்கென்றது. 'அய்யா என்ன சொல்றீங்க?'

'நீ திரைமலர் பார்க்கவில்லை போல இருக்கு.'

'நீங்க பாத்துட்டீங்களா?'

'இந்த மாதிரி சாக்கடை விஷயங்களை எல்லாம் நம்ம பயலுக தவறாமக் காட்டிருவானுங்க.'

'அய்யா அதெல்லாம் அபாண்டம். குருவிங்கறவரு...'

'குருவி விடற சரடு எனக்குத் தெரியாதா? நான் இதெல்லாம் நெம்பறவனா? தாளி கூட்டியாய்யா அந்த... யானை சமாதி கட்டிரலாம்! என்ன மோசமான பப்ளிஸிட்டி பாரு. எம் பொண்ணு காதல் பண்ணிச்சுன்னு வதந்தி போடணும்னா என்னைக் கேளு! நான் கொடுக்கறேன் வதந்தி! ராஜேஷ் கன்னாவோடு போடு.

இல்லை அவென் யாரு சிவப்பா உரிச்ச கோழி மாதிரி இருப் பானே.'

'ரிஷி கப்பூர்...'

'ஆ! அவன் கூடப் போனதா எழுது! டேஸ்ட்டா இருக்கும். அதை விட்டுட்டு யூனிட்டில மூலைல உக்காந்துக்கிட்டு கரிகால் சோழன், ஆட்டுக் கால் சோழன், என்னய்யா சொண்ட்டி பப்ளி ஸிட்டி இது? யார்யா இந்தக் குருவி? கூட்டியாய்யா. யோவ்! கரிகாலன், நீ ஏதாவது அவனைச் சந்திச்சு இந்த மாதிரி அக்கப் போர் கொடுத்தியா?'

'இல்லைங்கய்யா. இந்த ஆளு யாருன்னே தெரியாதுய்யா' என்றேன் கண்ணீருடன்.

முரளிதரன் தெளிவாகப் பேசினான். 'மாமா. இதை விட்டுருங்க. இந்த பத்திரிகை அடாஸு. மொத்தமே அஞ்சாயிரம் காப்பிதான் அச்சாகுதாம். பாஸ் கொடுக்கலைன்னு கோவத்திலே இந்த மாதிரி ஏதாவது செய்தி போடுவாங்க. எடிட்டர் அட்ரஸ் பாத்து வெச்சிக்கிட்டேன். ஆயிரம் விளக்கிலே இருக்குது. இதனால ஒண்ணும் டேமேஜ் கிடையாது மாமா!'

'உனக்குத் தெரியாது. இதைப் பார்த்து குமுதங்காரன் வளத்து வான்!' விஜிஆர் என்னைப் பார்த்து 'நிசமா நீ தமிழ்தானே கத்துக் கொடுத்துகிட்டிருக்கே? இல்லை காதலா? உங்கமாதிரி எழுத்தாளங்களை எல்லாம் நெம்ப முடியாது. கரிமுனி மாதிரி இருந்துக்கிட்டு பொம்பளங்களைக் கவர்ற வசிய சக்தி ஏதாவது வச்சிருப்பிங்க! என்ன எளவு கவிதை கதை எழுதுவாங்களோ! பொம்பளை ருசி இவுங்களுக்கு உண்டு.'

'அய்யா இல்லைய்யா, உங்களுக்குத் துரோகம் நினைப்பங் களா?'

'எனக்கில்லைய்யா துரோகம்! கம்பெனிக்கே ஆயிருதில்லை! இப்ப அந்தப் பொண்ணு மேல ஒரு களங்கம் விளுந்திருச் சில்லை! முரளி, நீ எப்படியாச்சும் அந்தக் காடை குருவியை அதட்டி வையி. என்ன சோழா? காதலா! நீயும் பாத்து அதட்டி வையி! இனிமே இந்த மாதிரி எழுதினா கொட்டையைப் பெசைஞ்சுருவோமுன்னு சொல்லு. இல்லை நீயே பெசைஞ் சுட்டு வந்துரு! மதுரைக்காரன்தானே, சிலம்பம் எல்லாம்

ஆடுவியே?' விஜிஆர் இந்த விவகாரத்தை லைட்டாக எடுத்துக் கொண்டது எனக்கு உற்சாகமாகவே இருந்தது. நல்ல வேளை விஷயம் தீவிரமாகவில்லை. இருந்தும் சுலேகா என்ன நினைப் பாள்? இந்தக் குருவி யார்? முரளியைக் கேட்டேன். அவனுக்கும் அந்தாளைத் தெரியாதாம். 'கொஞ்சம் பொறுத்துக்கொள். கண்டு பிடித்துத் தருகிறேன்' என்று சொன்னான்.

'எனக்குப் பரவாயில்லை. சுலேகா என்னமா ஃபீல் பண்ணு வாங்க.'

'ஆ, இதெல்லாம் சகஜம்! வாரப் பத்திரிகை அடுத்த வாரம் ஆவியாய்ப் போயிரும். எதுக்கும் அவளைக் கேட்டு வெச்சுக்க. மறுப்பு எழுதணும். அவ விரும்பினாச் சரி! நீங்க போய்ப் பாத்துக் கேட்டுருங்க.'

'இல்லைங்க. எனக்கு அவங்களைப் பார்க்கறதுக்கே தயக்கமா இருக்குது.'

'இதுக்கெல்லாம் தயங்கக் கூடாது.'

நான் யோசித்தேன்.

'ஒண்ணு செய்யறேங்க. ஞாயிற்றுக்கிழமை என்னைக் கூப்பிட்டு இருக்காங்க சுலேகா. அப்ப கேட்டுர்ரேன்.'

'அதுகூடச் சரிதான். ஞாயிற்றுக்கிழமைன்னா இன்னும் ரண்டு நாள் இருக்குது. சரி! பாத்துட்டு அன்னிக்கு சாயங்காலத்துக்குள்ள தகவல் சொல்லுங்க. எப்ப பார்க்கப் போறீங்க?'

'பகல் பன்னண்டு மணிக்கு லஞ்சுக்குக் கூப்பிட்டிருக்காங்க.'

'அடி சக்கை! அப்ப குருவி சொல்றதிலேயும் கொஞ்சம் உண்மை இருக்காப்பல.'

'என்னங்க! நீங்களும் என்னைத் தப்பா எண்ணிக்கிட்டிங்க!'

'சும்மா சொன்னேன் கரிகாலன். நீங்க ஞாயிற்றுக்கிழமை நாலரை மணிக்குள்ள சொல்லிருங்க. தேவைப்பட்டா வண்ணத்திரையில ஒரு மறுப்பு விட்டுக்கலாம். தேவைப்பட்டாத்தான்! இந்த விசயத்தை இக்னோர் பண்ணிர்றதுதான் நெல்லது.'

'அய்யா விஜிஆர் கதை கேட்டாரே, வெச்சிருக்கங்க.'

'பேர் என்ன?'

'உறங்காதே' என்று அபசகுனமாகச் சொல்ல விரும்பமில்லாமல் 'தங்க முடிச்சு'ன்னு வெச்சுக்கிட்டங்க. அவரு ஒருமுறை சொன்னார் பாருங்க, கோல்டன் நாட்! அதுதான்.'

'சபாஷ்! மாமாவுக்குப் புடிச்சுப் போயிரும். ஆனா இன்னிக்கு முடியாது. சேட்டு வரான் ஃப்ளைட்ல. ப்ரொஜக்‌ஷன் இருக்குது.'

7

சாயங்காலத்துக்குள் அந்தக் காற்றுவாக்கில் சம்பவத்தை மறந்திருந்தாலும் ஒரு அமெச்சூர் முயற்சியாக அந்தப் பத்திரிகை ஆபீஸைத் தேடிப் போனேன். ஆயிரம் விளக்கில்தான் இருந்தது. பத்திரிகை ஆபீஸ் என்றால் கண்ணாடித் தடுப்புக்கள் எல்லாம் போட்டுப் பிரமாதமாக இருக்கும் என்று நினைத்தேன். அப்படி எதுவும் இல்லாமல் திரை மலர் என்கிற பெயரே தென்படவில்லை. நீண்ட வராந்தாவில் இரண்டு பக்கங்களிலும் ஷாப்புக் கடைகள் இருந்தன. நடுவே திறந்த வானம். முதல் கடையில் காயில் சுற்றிக்கொண்டிருந்தார்கள். மற்றொரு கடையில் பஜனை காஸட்டுக்கள் விற்பனை. 'திரைமலர் ஆபீஸா? மாடிக்குப் போங்க.'

மாடி கீழ்ப் பகுதியின் டிட்டோவாக இருந்தது. தையல்காரர்கள் ஏராளமாகத் தைத்துக்கொண்டு இருக்க பக்கத்தில் டைப் இன்ஸ்டிட்யூட் சின்னதாக. நெற்றியில் சந்தனமிட்டு, 'திரைமலர் - சினிமா வார இதழ்' என்று பலகை தொங்க அங்கே போனேன். சாய்மானமாகப் புறாக்கூடுகளில் நிறைய எழுத்துக் கள் நிரம்பியிருக்க அதனருகே கதர் பனியனுடன் கன்னத்தில் மைக் கறையுடன் ஒருத்தர், 'யார் வேணும் உங்களுக்கு?' என்றார்.

‘எடிட்டரைப் பார்க்கணும்.’

ரொம்ப முனைந்து ஓரத்தில் தடுப்பு போட்டுத் தனியாக்கப்பட்ட அறையில் எடிட்டர் நிறைய போட்டோக்கள் - காலி ப்ரூஃப் களுக்கு மத்தியில் உட்கார்ந்திருந்தவர் என்னைச் சந்தேகமாகப் பார்த்தார்.

‘என் பேர் கரிகாலன். குருவிங்கறவரைப் பார்க்கணும்.’

‘ஏன்? மறுபடி எதிலேயாவது மாட்டிண்டாச்சா?’

‘ஏன் சார், ஒரு செய்தி போடறதுக்கு முன்னால அது எவ்வளவு தூரம் மத்தவங்களைப் பாதிக்கிறது, அது பொய்யா நிசமான்னு பார்க்க வேண்டாம்?’

‘நீங்க எதைச் சொல்றீங்க?’

‘காற்றினிலேன்னு சுலேகாவையும் என்னையும் பத்தி போட்டிருக்கிங்களே இந்த வாரம்.’

‘ஓ! அதுவா? காத்து வாக்கில செய்தி வந்தது. போட்டுட்டம்.’

‘யார் சார் அந்தச் செய்தியைக் கொடுத்தாங்க?’

‘அது குருவியைக் கேட்டாத்தான் தெரியும்.’

‘எங்கே அந்தக் குருவி?’

‘அவர் இப்ப வரமாட்டார். ராத்திரி ஏழு மணிக்குத்தான் வருவார்.’

‘சரி. இனிமே அந்த மாதிரி செய்தி போடச் சொல்லாதிங்கோ. உதை வாங்குவார்.’

‘சரி. வந்தா சொல்றேன். இப்ப என்ன போச்சு? அந்தச் செய்தி உண்மையில்லைன்னு உங்க கைப்பட ஒரு லட்டர் எழுதிக் கொடுங்க. போட்டோவோட பிரசுரிச்சுட்டாப் போச்சு.’

‘உங்களுக்கெல்லாம் வெவஸ்தையே கிடையாதா சார்! ச்ச்சே!’

‘என்ன சார் செய்யறது? இன்னைத் தேதிக்கு மொத்தம் பதினோரு சினிமாப் பத்திரிகை இருக்கு. அதே கமல், அதே ரஜினி, அதே சிலுக்கு! திரும்பித் திரும்பி இங்க படப்பிடிப்பு, அங்க காதல் காட்சின்னு எழுதிண்டிருந்தா எப்படி சார் பத்திரிகை விலை

போகும்? யாராவது பிள்ளையாண்டிருக்காளா? யாராவது ஓடிப் போய்ட்டாளா? யாராவது தற்கொலை பண்ணிட்டாளா? அது ந்யூஸ் இல்லை. யார் சின்ன வீடு வெச்சிண்டிருக்கா? யார் கல்யாணம் உடையப் போறது? யார் ஆப்ரேஷன் பண்ணிண்டா... ஆமா! 'பாரா' மறுகல்யாணம் பண்ணிக்கப் போறாராமே, நிசமா? உங்களுக்குத் தெரியுமா?'

'உங்களை எல்லாம் கேள்வி கேக்காம உள்ள தள்ளணும்!'

'தள்ளினா சர்க்குலேஷன் எகிறிக்கும். தள்ள மாட்டேங்கறாளே.'

'விஜிஆர் கொஞ்சம் ஜாக்கிரதையா இருக்கச் சொன்னார்!' என்று சொல்லிவிட்டு அந்த இடத்தை விட்டு வெளிவந்துவிட்டேன். சினிமா உலகைவிட சினிமாப் பத்திரிகை உலகம் மோசமாக இருக்கும்போல. அந்த ஆளை அந்த இடத்திலேயே சிண்டைப் பிடித்து உலுக்கிவிட்டு வந்திருக்க வேண்டும். பதிலுக்கு என்னவோ லெக்சர் அடித்துவிட்டு வந்திருக்கிறேன். மனசுக்குள் நான் மகா கோழை. எனக்குப் பொதுவாக நிறைய பயங்கள் உண்டு.

போலீஸ் என்றால் பயம். தந்தி வந்தால் பயம். ஸ்விட்சைப் போடும் போது பயம். இதுவரை போலீஸ் ஸ்டேஷன் பக்கம் போனது கிடையாது. நான் பார்த்த போலீஸ் நிலையங்கள் எல்லாம் சினிமாப் பொய்கள்தாம்.

8

ஞாயிற்றுக்கிழமைக்கு முன் ஒருமுறை சுலேகாவைச் சந்திக்க வேண்டிய கட்டாயம் ஏற்பட்டுவிட்டது. நான் அவளை வதந்தி அடங்கின பிற்பாடுதான் சந்திக்க விரும்பினேன். இருந்தும் ஒருமுறை ஸ்டூடியோவுக்கு முரளி கூப்பிட்டதாகச் சொன்ன போது நான் போயிருந்தேன். படப்பிடிப்பில் இடையில் ஜூஸ் குடித்துக்கொண்டு உட்கார்ந்திருந்தாள். சென்ற முறை பார்த்த அழுமூஞ்சியா என்று ஆச்சரியமாக இருந்தது. எல்லோரிடமும் சிரித்து, காலைப் பரப்பிக் கொண்டு தமாஷாகப் பேசிக் கொண்டிருந்தாள். நான் நழுவப் பார்த்தேன். 'கரிகாலன் இங்க வரது' என்றாள்.

'இவர் யார் தெரியுமா? அறியுமா? என் லவர்' என்று என் முதுகில் தொட்டுக் காட்டினாள். அந்தக் கதாநாயகன் கொஞ்சம் நெர்வஸாக இருந்தான். 'கரிகாலன் பேப்பர்ல பார்த்ததோ?' என்றாள்.

'சுலேகா, நீங்க அதையெல்லாம்...'

'அடுத்த முறை என்னையும் கவாஸ்கரையும் வெச்சு எழுதும் இல்லை? இல்லை அவன் வேண்டா. வெங்சர்க்கார் அவன் நல்ல உயரம்!'

'சுலேகா, நீங்க விளையாட்டா எடுத்துக்கிட்டிங்கன்னா சரி.'

'இதைப் போய் சீரியஸா எடுக்கறதா? லைஃப்ல எதையும் சீரியஸா எடுத்துக்கக்கூடாது' என்றவள் என்னைத் தனியாக அழைத்து 'என் விவாஹத்துக்கு நீங்கள் வரணும்' என்றாள்.

'எப்ப?'

'அது ஒரு பரம ரகசியம்!' என்று சிரித்தாள். 'யார்கிட்டயும் சொல்லண்டா.'

'ஞாயிற்றுக்கிழமை வரச் சொல்லியிருக்கிங்க. ஞாபகம் இருக்கில்லை?'

'நிச்சயம்! கரிகாலன் உதவி எனக்குத் தேவையா இருக்கு. உங்க தங்க மீனுக்கு விடுதலை கிடைக்கப் போறது' என்று என்னிடம் கண் சிமிட்டினாள். படப்பிடிப்பு அழைக்க மனசு லேசாகி அவள் நடிப்பதை சுவாரஸ்யமாகப் பார்த்துக்கொண்டிருந்தேன்.

கதாநாயகனாக நடிக்கும் இளைஞன்தான் ரொம்ப நெர்வஸாக இருந்தான். அவனை முதுகில் தட்டிக் கொடுத்தாள். கேமராக்காரரின் கிராப்பைக் கலைத்தாள். அழகுக்கு வைத்திருந்த ஸ்டூடியோ பழங்களைக் கடித்துத் துப்பினாள். அங்கிருந்தே என்னைப் பார்த்து மறுபடியும் அந்த விகற்பமில்லாத கண் சிமிட்டல்!

9

ஞாயிற்றுக்கிழமை காலை ஸ்டூடியோவிலிருந்து எனக்கு வண்டி வந்திருந்தது. விஜிஆர்தான் கூப்பிட்டிருந்தாராம். முரளி டப்பிங் தியேட்டரில் வாசலில் நின்றுகொண்டிருந்தவன் 'பத்து மணிக்கு ஸ்டூடியோவுக்கு வந்துருங்க' என்றான்.

'என்னங்க.'

'ஸ்கிரின் டெஸ்ட்டு தொடர்ந்து நடக்கப் போறது. நீங்க அன்னைக்கு கொடுக்கவே இல்லை இல்லை? ஃபைனலா இன்னிக்குத் தேர்ந்தெடுக்கணும்.'

'சரிங்க. அந்தச் சட்டை எங்கிட்டயே இருக்குதுங்க.'

'சரி. அதையே போட்டுக்கிட்டு வந்துருங்க.'

பத்து மணிக்கு அந்தத் தக்காளி கலர் சட்டையை அணிந்து கொண்டு ஸ்டூடியோவுக்குப் போய் நின்றேன். யாருமே இல்லை. சினிமா வழக்கமே இதுதான். பத்தே முக்கால் வரை காத்திருந்தபின் ஒரு பழைய மிச்சல் கேமரா கொண்டு வந்தார்கள். ஒரே ஒரு ரோலுடன். இரண்டு மூன்று பேர் வர, சிலர் சம்பந்தப்படாமல் கேமராவை லோடு பண்ணுவதை வேடிக்கை பார்த்துக்கொண்டிருந்தார்கள். அவர்கள் எல்லோருமே என்னைப் போலச் சட்டை போட்டிருந்தார்கள். சரிதான்! இவ்வளவு போட்டியா

என்று நினைத்துக்கொண்டேன். எல்லோரையும் வரிசை பார்த்து நிற்கவைத்து தலைக்குப் போட்டுக்கச் சொல்லி பிரம்புத் தொப்பி கொடுத்து செடிக்குப் பின்னாலிருந்து வந்த வெளிச்சத்தில் கேமராவுக்கு முன் நடக்கச் சொன்னார்கள். ஆளுக்கு ஒரு பத்துப் பதினைந்து செகண்ட் 'விர்ர்ர்ர்.' ஒவ்வொருத்தராகப் பார்த்து என் முறை வருவதற்குப் பன்னிரண்டேகால் ஆகிவிட்டது. சுலேகா கூப்பிட்டிருந்தது ஞாபகம் வந்தது. இங்கேயே பன்னிரண்டு கடந்துவிட்டதே! டெஸ்ட் வேண்டாம் என்று கிளம்பவிருந்த சமயம் என் முறை வந்தது. நான் நடந்து படம் எடுத்து முடித்துக் கிளம்புவதற்குப் பன்னிரண்டரை. கார்கள் எல்லாம் ட்ரிப் போயிருந்தன. ஸ்டூடியோ வாசலுக்கு வந்து ஒரு ஆட்டோ பிடித்துக்கொண்டு சுலேகாவின் வீட்டை அடைந்தபோது மணி பார்த்தேன். ஒரு மணிக்கு இரண்டு நிமிஷங்கள்.

'ரொம்ப நேரம் காத்துக்கிட்டு இருந்தீங்களோ?' என்று அவளிடம் சொல்ல வேண்டியதை ஒத்திகை பார்த்துக்கொண்டே கதவைத் தட்டினேன். பதில் இல்லை. சற்று நேரம் காத்திருந்து 'என்னது, வீட்டில் இல்லையா. என்னை சாப்பிட வரச் சொல்லியிருக்கிறாளே? பின்பக்கமாக வீட்டைச் சுற்றி வந்தேன். வெளியே எங்கும் போயிருந்தால் வேலைக்காரச் சிறுமியிடம் சொல்லிவிட்டுப் போயிருப்பாள். பின் பக்கத்தில்தான் அந்தப் பொண்ணு இருப்பாள். பின் பக்கத்துக் கதவு திறந்திருந்தது. உள்ளே சென்றேன்.

'பிரசன்னா... பிரசன்னா' என்று கூப்பிட்டேன். பதில் இல்லை. எல்லோரும் வீட்டைத் திறந்து போட்டுவிட்டு எங்கே போனார்கள்? உள்ளே சென்றேன்.

ஹாலில் யாரும் இல்லை. டேப் ரெகார்டர் தரையில் இருந்தது. ஃபெமினா பத்திரிகையும் இருந்தது. இடது பக்கத்து பெட்ரூமுக்குள் எட்டிப் பார்த்தேன். காலியாக இருந்தது. ஒரு வேளை மாடிக்குப்போய் அங்கே உட்கார்ந்திருக்கிறாளோ? 'சுலேகா சுலேகா' என்று கூப்பிட்டேன். மாடியிலிருந்து கூம் கூம் என்று சப்தம் கேட்டது அது என்ன சப்தம் என இனம் கண்டுகொள்ள முடியவில்லை. மெல்லப் படியேறினேன். மாடியில் இருப்பது சுலேகாவின் சொந்த அறை. அங்கே நான் போனதே இல்லை. அதன் பாதியில் கடந்து திரும்பியதும் சுலேகாவின் நாயைப் பார்த்தேன். அறைக் கதவு சாத்தியிருக்க அதன் மேல் கால்களை வைத்துக்கொண்டு பிராண்டிக் கொண்டிருந்தது. என்னைக்

கண்டதும் ரொம்ப சந்தோஷத்துடன் வாலை வேகமாக ஆட்டித் தனக்குத்தானே சுழன்றுகொண்டது. நான் வந்துவிட்டதில் சந்தோஷம் காட்டிக் கதவு திறக்கப் போகிறது என்று எதிர் பார்த்தது போலும். சுலேகா உள்ளே இருக்கிறாள் போலும். கதவைத் தட்டினேன். நாயும் சேர்ந்து பிராண்டியது. கொஞ்ச நேரம் நாயின் கூம் கூம் மட்டும் கேட்க கதவு உள்ளே தாழிட்டிருக்குமோ என்று ஐயப்பட்டேன். கதவுக்கு டோர் லாட்ச் பொருத்தியிருந்தால் உள்ளே தாழிட்டிருக்கிறதா என்று சொல்வதுகூடக் கஷ்டமாக இருந்தது.

சன்னலைத் தள்ளிப் பார்த்தேன். திறந்துகொண்டது. உள்ளே நோக்கினேன்.

சுலேகா நின்றுகொண்டிருந்தாள். என்ன இது, உயரமாய் நின்று கொண்டிருக்கிறாளே என்று வியப்பதற்குமுன், அவள் நிற்க வில்லை, தொங்கிக்கொண்டிருந்தாள் என்பது தெரிந்தது! சற்றுத் தாழ்வான உத்தரத்திலிருந்து இல்லாத ஃபேனுக்குப் போட்ட கொக்கியிலிருந்து ஒரு கயிறு தொங்க தலை இடது பக்கம் சாய்ந்து, திறந்த வாயில் ரத்தத்துடன் கண்கள் திறந்து கை விரல் கள் மடக்கிக்கொண்டு-

எனக்கு மின்சாரத் தேள் கொட்டியது.

'அய்யோ, என்ன இது சுலேகா! பிரசன்னா! பிரசன்னா!' கதவைத் தட்டிப் பார்த்தேன். லாட்ச் பூட்டிக்கொண்டிருந்தது. என் செய்வேன்? என் செய்வேன்? போலீஸ்... போலீஸ்!

உடனே போலீஸிடம் போய்ச் சொல்லவேண்டும். பக்கத்தில் போலீஸ் நிலையம்? போ உடனே! உடனே!

அதைத்தான் உடனே செய்திருக்கவேண்டும். பதிலாக முட்டாள் தனமாக ஒரு காரியம் செய்தேன்.

அந்த இடத்தை விட்டு விலகி நாய் இன்னும் கதவைச் சுரண்டிக் கொண்டிருக்க, சப்தமில்லாமல் விலகிப் புறப்பட்டு...

என் அறைக்குத் திரும்ப வந்துவிட்டேன்.

10

எதற்காக அப்படி ஓடிவந்தேன் என்பதை யோசித்துப் பார்க்க அப்போது சந்தர்ப்பம் கிடைக்கவில்லை என்றாலும் பின்னால் அதைத் தீவிரமாகச் சிந்தித்திருக்கிறேன். என் கோழைத்தனத்தை விடத் தற்காப்புதான் அப்போது தலையெடுத்திருக்கிறது. கூடவே என் ரத்தத்தில் இருக்கும் பயம்! போலீஸ் பயம், சட்டத்துடன் உறவாடப் பயம். அவளை நான் பார்த்த நிலையில் அவள் பரிதாபமாகத் தொங்கிய நிலையில் அவளுக்கு உயிர் இருப்பதாகத் தெரிய வில்லை. கண்கள் ஒளியிழந்து முகமும் உதடுகளும் நீலம் பாரித்து... சான்ஸே இல்லை. நான் போய் இதைப் போலீஸிடம் ரிப்போர்ட் செய்ய அவர்கள், 'இருய்யா, இந்தப் பொண்ணைத் தெரியுமா உனக்கு?' என்று கேட்டு நான் தமிழ் கற்றுக் கொடுத்ததும் எனக்கும் அவளுக்கும் உறவு இருப்பதாகப் பத்திரிகை யில் செய்தி வந்ததும் அவர்களுக்குத் தெரிந்துபோய் அவர்கள் என்னைக் கேள்வி கேட்க, மடக்கி வைத்துக் கொள்ள, நான் தத்துபித்து என்று உளறப்போக, 'மிஸ்டர் கன்னியப்பன்! யூ ஆர் அண்டர் அரஸ்ட்!'

இம்மாதிரி ஏதேதோ குருட்டு யோசனைகளின் பலனாய் நான் அந்த இடத்தைவிட்டு ஓடி வந்து விட்டேன். தப்பு! அநியாயம்! முட்டாள்தனம்! எல்லாம் ஒப்புக்கொள்கிறேன். இருந்தும் எல்லாச் சந்தர்ப்பத்திலும் எல்லாச் சூழ்நிலையிலும்

உத்தமமாக நடந்துகொள்ள நான் தேவனல்ல. வெறும் மனிதன். கோழை! பயம்! இந்தச் சந்தர்ப்பத்தில் இப்படித்தான் நடந்து கொண்டேன். அத்தோடு விட்டது காரியம்! யாரும் நான் வந்ததையோ போனதையோ பார்க்கவில்லை. யாராவது அப்படி விசாரித்து என்னைக் கேட்டால், நான் அந்தப் பக்கமே போக வில்லை என்று சொல்லிவிடலாம்.

ஸ்டூடியோவிலிருந்து கிளம்பவே நேரமாகி விட்டதால்... வெய்ட் எ மினிட்! முரளிக்கு நான் அங்கே போகப் போகிறேன் என்று தெரியுமே? தெரிந்தால் என்ன? அவன் என்னைச் சந்தேகிப்பானா? முடியாது! அவள் உடலைப் பார்த்தால் இறந்து கொஞ்ச நேர மாகி... எண்ணாதே! அந்த உடலைப் பற்றியே எண்ணாதே! நான் பார்த்தது சுலேகா அல்ல. அது ஏதோ ஒரு தோற்றம்.சுலேகா சிரிப் பாள்! கேலி பண்ணுவாள்! தப்புத் தப்பாகத் தமிழ் பேசுவாள். நீங்கள் என்று கூப்பிடாமல் கரிகாலன் என்பாள். சுலேகா இல்லை அது. பெண்ணே! முட்டாள் பெண்ணே! தற்கொலை செய்துகொள்ளும் அளவுக்கு உலகத்திலே எந்தச் சோகமும் பிரம்மாண்டமானதல்ல.

என்னிடம் சொல்ல மாட்டாயோ? சொல்வதற்காகத்தானே என்னைக் கூப்பிட்டாய். எதற்காக அப்படிச் செய்துகொண்டாய்? என் மலையாள ராணி! கல்யாண ஆசையாலா? யாராவது வாக்குக் கொடுத்து ஏமாற்றிவிட்டானா? இல்லை, நீ ஒரு சபலக் கணத்தில் உன்னை இழந்துவிட்டாயா? கர்ப்பமாகி விட்டாயா? சினிமா உன்னை ‘உள்ளத்தில் அரித்துவிட்டதா? அதன் அலுப்பு உன்னை ஆக்கிரமித்து விட்டதா? ஏண்டி என் தங்கமீனே!

‘கரிகாலன் என்னைத் தண்ணில சேர்க்குமோ?’

பஸ் பிடித்து என் அறைக்கு வந்து சன்னலை எல்லாம் மூடி இருட்டுப் பண்ணிக்கொண்டு தரையில் படுத்துவிட்டேன். பசி காணாமற் போய்விட்டது. உடம்பில் ஸ்திரமாக ஒரு நடுக்கம் இருந்தது. நாய் இன்னும் அந்தக் கதவைப் பிராண்டியிருக்கும். பிரசன்னா எங்கே போனாள்? இதோ வந்துவிட்டாள். கதவைத் தட்டி எட்டிப் பார்த்து வீல் என்று கத்தியிருப்பாள். பக்கத்து வீட்டில் சொல்லியிருப்பாள். அவர்கள் போலீஸுக்கு...

போலீஸ் நிலையம் எங்கிருக்கிறது?

நீ ஏன் உடனே இதை எங்களிடம் தெரிவிக்காமல் விலகிச் சென் றாய்?

நான் அங்கே போகவே இல்லையே? யார் பார்த்தார்கள்? சாயங்காலத்துக்குள் முரளியைப் பார்த்து நான் அங்கே போகவே இல்லை என்று சொல்லிவிடலாமா? சே, நானாகப் போய்ச் சொன்னால் சந்தேகம் வலுவாகும். பைத்தியக்காரக் காரியம் செய்துவிட்டேன். இப்போது போகலாமா? இப்போது போனால் அவர்கள் எல்லாம் வந்து, 'ஏன்யா சொல்லாம வீட்டுக்கு ஓடினே? கொஞ்சம் ஒதுங்கியிரு! இங்கேயே இரு. உன்னைத் தீர விசாரிக்கணும்.' சந்தேகம் வந்துவிட்டால் போலீஸ் நகக் கண் களில் ஊசி ஏற்றி இல்லாத குற்றத்தைக்கூட ஒப்புக்கொள்ள வைத்துவிடுவார்கள். வேண்டாம்! நான் அங்கே போகவே இல்லை என்று சத்தியம் பண்ணிவிடலாம்.

இருந்தும் எப்படியோ ஒரு விதத்தில் சுலேகாவுக்குத் துரோகம் பண்ணிவிட்டேன் என்றுதான் தோன்றியது. சொல்லியிருக்க வேண்டும். அம்மாதிரி அந்த உடலை அங்கே தொங்க விட்டு விட்டு விலகினது மகா...

சே, அதைப் பத்தி நினைக்காதே. வாரப் பத்திரிகையைப் பார்...

'நீங்கள் பெண்ணாக இருந்தாலும் இந்தப் புதிர் உங்களுக்கு.'

நான் பெண்ணில்லை. பேடி!

கீழ்க்கண்ட புதிருக்கு விடையளித்துத் தெரிந்துகொள்ளுங்கள்.

நீங்கள் செய்த ஒரு தவறுக்குத் தண்டனை வழங்கப்படும்போது -

அ. உண்மையைச் சொல்லி அதனால் ஏற்படும் விளைவு களைச் சந்திப்பீர்களா?

ஆ. வேறு யாரேனும் தவறுக்குக் காரணமாக இருந்தாலும் பொய் சொல்லி அதை ஏற்றுக்கொள்வீர்களா?

இ. தவறுக்குக் காரணமாக இருந்தவர் ஏற்றுக்கொள்ளாதவரை பொய் சொல்வீர்களா?

பத்திரிகையைத் தூக்கி எறிந்தேன். என்னையே சுட்டிக்காட்டு கிறாற்போல் இருக்கிறதே. தெருவில் யாரோ பேசிக்கொண்டே சென்றது காதில் விழுந்தது. 'என்னதான் இருந்தாலும் நீ அப்படிச் செய்திருக்கக் கூடாதுப்பா.' எல்லாமே என்னைத்தான் சொல்கிறது. கடவுள் பற்பல விதங்களில் என்னைச் சுட்டிக் காட்டுகிறார். மாட்டிக்கொள்ளப் போகிறேன். சன்னல் கதவைச் சரியாகச் சாத்த வில்லை. ஏதாவது சினிமாவில் போய் உட்கார்ந்துகொண்டு

விடலாம். அந்தத் தொங்கு முகம் வந்து உறுத்திக்கொண்டே இருக்கும். சுலேகாவின் முகம் வீங்கியிருந்தது. கண்கள் சூனியத்தை உற்றுப் பார்த்தன. உதடுகள் நீலம். மூக்கின் ஓரத்திலும் வாயின் ஓரத்திலும் ரத்த நுரை போல. கொஞ்சம் கொஞ்சம் நாக்குக் கூட வெளியே தெரிந்ததோ? கடித்துக்கொண்டு விட்டாளோ?

கடவுளே! கடவுளே! இந்த எண்ணங்களை எப்படி நிறுத்துவது! என்ன செய்வேன்? இங்கே இருக்காதே, ஓடு! எங்கேயாவது ஓடு! ஜனங்களுடன் கலந்துகொள். மணி என்ன? ஏதாவது பைத்தியக் கார மணி! சினிமாவில் போய் உட்கார்ந்துகொள். எப்படியாவது அந்தத் தொங்கும் பெண்ணை மற மற மற! அவசரமாக மாடிப்படி இறங்கினேன். அருணா பிரிண்டர்ஸ் 'என்னங்க சௌக்கியங் களா?' என்று விசாரித்தார்.

'சேதி தெரியுமா உங்களுக்கு?'

அட, இதற்குள் பரவிவிட்டதா?

'ஒரு ஜெர்மன் மிஷன் சல்லிசா விலைக்கு ண்வரது. வாங்கப் போகிறேன். ஏன் ஒரு மாதிரி இருக்கிங்க?'

'ஒண்ணுமில்லைங்க. காலைல ஸ்டுடியோ போய் நேரா வந்துட்டேனா, நேரே வந்துட்டேன்! தலைவலி! படுத்துட் டேன்...' சாக்கிரதை சாக்கிரதை! சந்தேகமே வராமல் எப்போதும் போல் இரு. நீ உன் செயலை மறைக்கவேண்டும். உன் பாதச் சுவடுகளை அழிக்கவேண்டும். சிரிக்கப் பார்த்தேன். 'ரொம்ப சந்தோஷங்க, வரங்க!'

நடந்தேன். பஸ் பிடித்தேன். பவர் ஹவுஸிலேயே இறங்கிக் கொண்டேன். எத்தனைக்கு டிக்கட் வாங்கினேன். என்ன சினிமா? பெயரைக்கூடப் பார்க்காமல் கூண்டில் கைவிட்டு டிக்கெட் வாங்கினேன். நடக்கும்போது 'மிஸ்டர்' என்ற குரல் என்னைக் கூப்பிடுவதைக் கேட்டுத் திடுக்கிட்டேன். 'சில்லரை வாங்காமப் போறீங்களே. அப்புறம் நாங்க ஏச்சுப்பிட்டோம்னு சொல்றது!' என்று குப்பையாக சன்னல் வழியாக பாக்கிப் பணத்தை நீட்ட 'ஸாரி' என்று, சுலேகா 'ஸோரி' என்பாள். மெல்ல நடந்தேன்.

மிருகங்களைப் பற்றிய படம். பாலைவனத்தில் பரிதவிக்கும் சன்மங்கள். ஒரு சொட்டுத் தண்ணீருக்காக வானத்தை அண்ணாந்து பார்த்துச் சூலுற்ற மேகம் வந்தும் காற்றுக்குப்

பரிதாபமாக, ஈரத்துக்குக் காத்திருந்து, வெயிலின் தகனத்தைத் தாங்க முடியாமல் செத்துவிழும் பறவைகள். மிருகங்களுக்குச் சினிமா கிடையாது. சோகம் கிடையாது. தற்கொலை கிடையாது. ஏன்? என்ன காரணம்? என்ன சொல்ல வந்தாள்? நான் சமயத்துக்குப் போயிருந்தால் அவளைக் காப்பாற்றியிருக்க முடியுமோ? பார் பார், என்ன அழகான மான்கள்! கண்களைப் பார் சுலேகாவைப் போல! பார் பார், கொஞ்சம் மழை வந்ததும் எத்தனை உற்சாகமான பூ மரங்கள். இந்த மரத்துக்குப் பேர் ஜாக்கராண்டா...'

காடு, காட்டின் ஓரம், காற்று.

காரின் சிறகான காற்றுக்கு நமஸ்காரம்.

காற்றுக்குக் குளிர்தரும் காட்டுக்கு நமஸ்காரம்.

'நமஸ்காரம் நமஸ்காரம்!' என்று மெலிதான அபிநயத்துடன் கவிதை சொன்னவளுக்கு என்ன ஆயிற்று? தற்கொலையா? அபத்தம்! அவளைக் கடைசியில் பார்த்தபோது எத்தனை உற்சாகம்? எத்தனை மான் குட்டிகள் அவளிடம் இருந்தன. எப்படித் தற்கொலை செய்துகொள்ள முடியும்? எப்படி?

'சார், படம் முடிஞ்சுருச்சு!'

வெளியே வானம் கருத்திருந்தது. இடிகள் திரண்டு சப்தித்துக் கொண்டிருக்க ஒரே ஒரு நீர்ச் சொட்டு வரப்போகும் மழையின் முன் மாதிரியாய் என் கன்னத்தில் பட்டது. சுலேகாவுக்காக சென்னை சிந்தும் ஒரு கண்ணீர் முத்து.

'எனிக்கி பேர் வேண்டாம். பிரபலம் வேண்டாம். அபிநயம் செய்து அலுத்துப் போச்சு. காமிரையின் முன்னாலே என்னைப் பொம்மை மாதிரி வெச்சு வேடிக்கை பார்க்கறது.'

எல்லாம் சரிதான்! அதற்காகத் தற்கொலையா? அநியாயம்! பைத்தியம்!

'மைசூர்ல நடந்தது தொடங்கி எல்லாம் சொல்லிடறது. யார் கிட்டயும் சொல்லவேண்டாம். பிரஸ்ஸுக்க சொல்ல வேண்டாம்.'

பாண்டி பஜார் மத்தியில் கூட்டமாக இருந்த ஓட்டலில் போய்க் கடப்பைக் கல் மேசை முன் உட்கார்ந்து காபி கேட்டேன். அது ஆறும் வரை காத்திருந்து மெல்லக் குடித்தேன். வெளியே

வந்தபோது மணி ஆறுதான் என்றாலும் மேகங்களின் தயவால் இருட்டியிருந்தது. வெற்றிலை பாக்குக் கடையில் மாலைச் செய்தித்தாளின் போஸ்டர் தொங்கிக்கொண்டிருந்தது.

பிரபல நடிகை தற்கொலை?

இது என்ன கேள்விக் குறி? பைசா கொடுத்து அதை வாங்கிக் குழல் விளக்கு வெளிச்சத்தில் பார்த்தேன். கொட்டை எழுத்தில் போடச் சமயம் போதவில்லை போலும். ஓரத்தில் கடைசிச் செய்தி என்ற பகுதியில் புதிய நடிகைகளில் பிரபலமாயுள்ள சுலேகா (வயது பதினெட்டு) இன்று பிற்பகல் தற்கொலை செய்து கொண்டாள் எனத் தெரிகிறது. அவளுடைய வீட்டில் தூக்கில் தொங்கினார். போலீஸாரிடம் இது தற்கொலைதானா என்று விவரம் கேட்டதற்கு அவர்கள் நிச்சயமாக எதுவும் தெரிவிக்க வில்லை. புலன் விசாரித்து வருவதாகச் சொன்னார்கள்.

என்ன செய்வது? அறைக்குப் போனால் சும்மா இருக்கவிடாதே இந்த எண்ணங்கள். நிம்மதி தருமா? சுற்றலாம். பிளாஸ்டர் பெண் களின் ஊடே நடந்தேன். பலபேர் பனியன் வாங்கிக் கொண்டிருந் தார்கள். இலவச எவர்சில்வர் கப்புக்காக இரண்டு ஃபாரெக்ஸ் வாங்கினார்கள். கண்ணாடிக்குப் பின் டெலிவிஷனில் மௌனமாக இயங்கிய நன்னன் தமிழ்ப் பாடத்தை வேடிக்கை பார்த்தார்கள். பஸ்ஸுக்குக் காத்திருந்தார்கள். பேப்பரைப் பிரித்து வைத்துக் கொண்டு பேசிக் கொண்டிருந்தார்கள். உருளை மேல் ஒரு பிச்சைக் காரன் பஜாரைக் குறுக்கே கடந்து போனான். போலீஸ் ஜீப் ஒன்று வேகமாகப் போய்க்கொண்டிருந்தது. என் அறைக்குத்தான் போகிறது! பேப்பரில் விவரமே இல்லையே! கால் பத்திதானே செய்தி! அச்சுக்குப் போவதன் முன் முழு விவரம் தெரிந்திருக்காது. நாளைக் காலை தெரிந்துவிடும். எல்லாம் புட்டுப் புட்டு வைத்து விடுவார்கள். நாளைக் காலை வரை எப்படி இருக்கப் போகிறேன். இன்னொரு சினிமா போகலாமா? இல்லை, பஸ் ஸ்டாண்டை நோக்கி நடந்தேன். கோவிலில் நூறு செருப்புக்கள் வெளியே காத்திருக்க ஒலி பெருக்கி, ‘சக்திங்கிறது இறைவனோட ஆற்றல். சிவனும் சக்தியும் எப்போதும் இணைஞ்சே இருப்பாங்க. பிரிக்கவே முடியாது. இந்தக் காலத்திலே முணுக்குன்னா டைவோர்ஸ் பண்ணிட்டுப் பிரிஞ்சுடறா! சிவனுக்கும் சக்திக்கும் டைவோர்ஸ்ஸே கிடையாது! ஏன்னா சக்தி சிவத்துக்குள்ளே அடங்கினது. ஊதுவத்திக்குள்ள வாசனை அடங்கியிருக்கு. ரெண்டையும் பிரிக்க முடியுமா? முடியுமா? முடியுமா?

‘அது போல பூரணி, பராசக்தி, ராஜராஜேஸ்வரி, அபிராமி, நாராயணி, உமை, மஹேஸ்வரி, மனோன்மணி, துர்க்கை, காளி, லட்சுமி, சரஸ்வதி, அம்பிகை எல்லாம் சக்தியோட வடிவங்கள் தான்...’

சுலேகா? மூலைக்கடையில் மசாலா சோடா சாப்பிட்டு மறக்க முயற்சி.

இப்படியே நடந்து போனால் ரயில்வே கேட் வரும். ரயில் போகிறவரை பார்த்துக்கொண்டிருக்கலாம். வந்ததும் தலையைக் கொடுக்கலாம்.

எங்கே படித்தேன்? தூக்கில் போடுவது வேதனை இல்லாத தண்டனை! கழுத்து எலும்பு படக்கென்று உடைந்து போய்விட உடனே நினைவிழந்துவிடுகிறார்கள். ஆம், சுப்ரீம் கோர்ட் தேசிய விவாதத்திலே... இப்போது போய்ப் படுத்துக்கொள்ள வேண் டாம். ராத்திரி முழுவதும் இப்படியே அலையாய் அலையலாம். இதோ இந்த வற்றிப்போன மாடு அலைகிறதே அதைப்போல. பசிக்கும்வரை அலையலாம். பசியா? மருந்துக் கடையில் ஏதாவது மாத்திரை தருவார்களா? கேட்டுப் பார்க்கலாம். தூக்கத் துக்கு. என்னடி... பேசாமல் தூக்க மாத்திரையை விழுங்கிச் சாந்தமாக செத்து போயிருக்கலாம்! ஏன் இப்படி கோரம் பண்ணிக் கொண்டாய்? ஏன் ஏன் மருந்து கேட்கவில்லை? அவர்களுக்கு ஏதாவது சந்தேகம் வந்து போலீஸ் விசாரிக்க... ராத்திரி மற்றொரு சினிமாவில் போய் உட்கார்ந்தேன். என்ன படம், பாஷை என்று கூட ஞாபகம் இல்லை!

படத்திலேயே, என் பயங்களையும் மீறிய அலுப்பில் ஒரு மணி நேரம் குழப்பமான கனவுகளுடன் தூங்க முடிந்தது. அப்புறம் பிளாட்பாரம், பார்க் என்று அலைந்தேன்.

11

மறுதினம் காலைக் காபி சாப்பிட்டுவிட்டு இரண்டு மூன்று தமிழ் இங்கிலீஷ் தினசரிகளைக் காத்திருந்து வாங்கிக்கொண்டு உடனே படித்தேன். தமிழ்ப் பத்திரிகைகள் எல்லாவற்றிலும் கொட்டை கொட்டையாகத் தலைப்பு கொடுத்து விஸ்தாரமாகப் போட்டிருந்தார்கள். தந்தியில் அவள் தொங்கும் கோலத்தில் தலை சாய்த்து சற்று இருட்டாகப் படம் வேறு போட்டிருந்தார்கள்.

தலைப்புச் செய்தியின் இணைச் செய்திதான் என்னைத் திடுக்கிட வைத்தது.

காதலன் தலைமறைவு.

காதலனா? என்ன இது யார்?

நடிகை சுலேகா அவர் வீட்டில் மாடி அறையில் கழுத்தில் சுருக்கிட்டுத் தொங்கினார். அவருக்கு வயது பதினெட்டு.

மலையாளத்தில் பல படங்களில் நடித்துள்ள இந்த அழகான நடிகை முதன் முதலில் ஒரு பெரிய தமிழ்ப் படத்தில் நடிக்க வாய்ப்பு பெற்றுப் பிரபலமாக விளம்பரப்படுத்தப்பட்டவர்.

தற்கொலை இல்லை.

இந்த சம்பவத்தைப் புலன் விசாரித்து வரும் போலீஸ் அதிகாரி பாண்டியன் இது தற்கொலை என்று நம்புவதற்கில்லை என்று சொன்னார். சவப் பரிசோதனை ரிப்போர்ட்டுகளின் படி நடிகையைக் கயிற்றால் இறுக்கிக் கொன்றுவிட்டு தூக்கில் தொங்க விட்டிருக்கலாம் என்று நம்புவதற்கு இடமிருக்கிறதாம்.

காதலன்.

நடிகை சுலேகா கேரளத்தைச் சேர்ந்தவர். இவருக்குத் தமிழ் கற்றுக்கொடுக்க ஏற்பாடு செய்யப்பட்ட கரிகாலன் என்கிற திரை எழுத்தாளருக்கும் நடிகைக்கும் காதல் என்று வதந்தி சினிமா வட்டாரங்களில் பரவியிருந்தது. இந்தக் கரிகாலனை போலீசார் தேடிக்கொண்டிருக்கிறார்கள் என்று தெரிகிறது. சம்பவ தினத்தன்று கரிகாலன் நடிகை சுலேகாவைப் பார்க்க வந்திருப்பதாகத் தெரிகிறது. போலீசார் தீவிரமாகப் புலன் விசாரித்து வருகின்றனர். இதுபற்றி உதவி கமிஷனர் திரு...

எனக்குத் திகீர் என்றது. அய்யோ மாட்டிக்கொண்டேனா? எப்படி நான் அங்கே போனது தெரியும்? நான் என்ன செய்வேன்! உடனே அறைக்குப் போனால் அங்கே நிச்சயம் காத்திருப்பார்களோ? என்னத்தைச் செய்வேன்? எக்கச்சக்கமாகச் சந்தேகத்துக்குரியபடி நடந்துகொண்டுவிட்டேனே.

இனி போலீஸிடம் சரணடைந்தாலும் அவர்கள் என் கதையை நம்புவார்களா? ஏன் ஓடிப்போனாய்? ஏன் கண் மறைவானாய்? பயமாக இருந்தது. ராத்திரி பூராவும் சினிமா பிளாட்பாரம் என்று சுற்றினேன் என்றால் எப்படி நம்புவார்கள்? நான் அங்கே போனது எப்படி அவர்களுக்குத் தெரிந்தது? அறைப்பக்கம் போய்ப் பார்க்கலாம் என்று மெல்ல நடந்தேன். லாட்ஜுக்கு எதிரே போலீஸ் வண்டி நிற்பதைப் பார்த்தேன். போச்சுரா, போனால் உடனே அரஸ்ட். இரு. இதை யோசிக்க வேண்டும். யாரையாவது கேட்க வேண்டும். யாரைக் கேட்பது? யாராவது நண்பனைத்தான் கேட்க வேண்டும் என்று தீர்மானித்தாலும் இந்த இடத்தை விட்டு விலகவேண்டியது மிக முக்கியம். இன்னும் தலைமறைவா? எப்போதுவரை? எப்போதுவரை? குற்ற வாளியைக் கண்டுபிடிக்கும்வரை. தற்கொலை இல்லையா? கொலையா? யார் யார்? அது எக்கேடு கெட்டுப் போகட்டும். முதலில் என் தலையைக் காப்பாற்றிக்கொள்ள என்ன செய்ய வேண்டும்?

படக்கென்று பஸ் பிடித்துச் சென்ட்ரல்வரை டிக்கெட் வாங்கினேன். வேறு ஊர்? யார் இருக்கிறார்கள்? பேசாமல் தேனிக்குப் போய்விடலாமா? அங்கேதான் போலீசார் கண்ணி வைத்துக் காத்திருப்பார்கள். அப்பா அம்மாவுக்குத் தெரிந்து போயிருக்கும். என்ன வருத்தப்படுவார்கள்! மகன் பெரிய ஆசாமி ஆகிவிட்டேன்! பேப்பரில் எல்லாம் கொட்டை எழுத்திலே பேர் வந்துவிட்டது. மாலைப் பதிப்புக்குள் என் போட்டோவைத் தேடிப்பிடித்துப் போட்டுவிடுவார்கள். திரைமலர், நான் சொன்னேனே, கேட்டீர்களா என்று கெக்கலிக்கும். திடீர் என்று திரைமலர் சேல்ஸ் அதிகரிக்கும்.

பஸ் மாற்றி ஐஸிஎப் காலனிக்குச் சென்றேன். நான் நண்பன் என்று சொல்லிக் கொள்ளக்கூடிய ஒரே பிரகிருதி ராமசுவாமி அங்கே இருந்தான். இந்நேரம் ஃபாக்டரிக்குப் போயிருப்பான். அங்கே விசாரிப்பதுதான் நலம். நான்தான் கரிகாலன் என்று மூஞ்சியைச் சம்பந்தப்படுத்தத் தெரிந்தவர்கள் யாரும் இல்லை. போக்குவரத்து போலீஸை எல்லாம் பார்த்தால் உள்ளங்கால் ஜில்லென்று இருந்தது. உள் போனில் சொல்லி ராமசுவாமி ரிசப்ஷன் பகுதிக்கு வர.

‘என்னய்யா கன்னியப்பன்?’

‘ராமு, நீ இன்னைக்குப் பேப்பரைப் பார்க்கலையா?’

‘பார்த்தேன். இன்னிங்ஸ் டிபீஃட். ஏன்?’

‘ராமு, நான் ஒரு சிக்கல்ல இருக்கேன். எனக்கு உன் உதவி தேவையா இருக்கு.’

‘என்ன விஷயம் சொல்லு?’

‘உன்னோட தனியாப் பேசணும், வெளியே வரியா?’

ரிசப்ஷன் ஆபீசுக்கு வெளியே வந்து மரத்தின் ரோடோரப் பக்கம் இல்லாமல் அந்தப் பக்கமாகப் போய் நின்று கொண்டு - ‘ராமு, இன்னிக்குப் பேப்பர்ல சுலேகான்னு ஒரு நடிகை செத்துப் போய்ட்டதா செய்தி வந்ததே பாத்தியா?’

‘இல்லை. என் ஒய்ஃப்தான் ஏதோ சொல்லிண்டிருந்தா. தமிழ் பேப்பர்ல பெரிசா வந்திருக்குன்னு. இந்துவிலே வரலை.

அவளை எரிச்சு மாசியம் ஆனப்புறம்தான் போடுவான். இல்லை, ஒரு வேளை ஓரத்தில் எங்கயாவது போட்டிருப்பான். ஏன்?'

'அந்தப் பொண்ணு தற்கொலை பண்ணிக்கலை. கொலை செய்யப்பட்டிருக்கலாம்னு போலீஸ் சந்தேகப்படறா. ஆசாமி சாட்சாத் நான்தான்!'

'நீயா!' என்று சிரித்தான். 'என்னடா அபத்தமா இருக்கு? நீயாவது கொலை பண்றதாவது.'

'இரைஞ்சு பேசாதே. எங்க பார்த்தாலும் போலீஸா இருக்கு.'

'அதெல்லாம் செக்யூரிட்டி ஆசாமிங்க. பல்லு புடுங்கின போலீசு. அட! நீ கொலை பண்ணியா? என்னடாது! ஒரு புழு பூச்சியைக் கூட இம்சை பண்ணமாட்டியே நீ!'

'அது என்னமோ ராமு எனக்கு வேளை சரியில்லை. சந்தர்ப்ப சூழ்நிலையில் எம்மேல சந்தேகம் வரும்படியா பைத்தியக்காரக் காரியம் செய்துட்டேன்.'

'என்ன பண்ணே சொல்லு. ஆமா! நீ ஒரு ஜாவா வாங்கப் போறேன்னு சொன்னியே, வாங்கிட்டியா?'

'அய்யோ! இப்ப போய் ஜாவாவா?'

'இல்லை. எங்கிட்ட ஒரு ஜாவா இருக்கு சேல்ஸுக்கு!'

'ராமு, நான் சாவைப் பத்தி பேசிக்கிட்டிருக்கேன்.'

'சே, நீ பண்ணலைடா! உன்னைச் சந்தேகப்பட்டாங்கன்னா போலீஸ் சொண்ட்டின்னு அர்த்தம். நீயாவது,'

'கொஞ்சம் நிதானமாக் கேட்டன்னா நடந்ததைச் சொல்றேன். இப்ப என்ன பண்ணனும், அதைச் சொல்லிடு.'

'ஜாவா வாங்கிக்கிறியா?'

'உன்னை அடிக்கலாம் போல வரது.'

'சொல்லு சொல்லு. நடந்தது என்ன?'

கேட்டதும், 'உன்னைப் போல மடப்பயல் இருக்கமுடியாது' என்றான்.

‘சரி, ஒப்புத்துக்கறேன்.’

‘உன்னைப் போலப் பைத்தியம், ஏமாளி, அசடு, வடிகட்டின முட்டாள் இருக்கவே முடியாது.’

‘சரி சரி, என்ன பண்றது.’

‘சிம்பிளா போய் போலீஸ்கிட்டே நடந்ததைச் சொல்லிட்டு, சாயங்காலம் ஏதாவது ஒரு சிலுக்கு படத்துக்குப் போறதை விட்டுட்டு குழப்பிக் குட்டிச்சுவர் பண்ணியிருக்க.

‘என்னுடைய சந்தர்ப்ப சூழ்நிலை.’

‘என்ன மயிரு சந்தர்ப்பம்! இந்த மாதிரி கொக்கு தலையில வெண்ணெய் வைக்கற யோசனை உனக்குத்தான்டா தோணும்! இடியட்!’

‘நான் என்ன பண்ணனும்?’

‘இப்பக்கூட லேட்டில்லை. போலீஸ்கிட்ட போய் நடந்ததை எல்லாம் ஒண்ணுவிடாம மறைக்காம முழுங்காமச் சொல்லிடறது தான் உத்தமம்.’

‘இப்ப போனா ஏன்யா நேத்தே வந்து சொல்லலைன்னு கேட்டா?’

‘கேட்டா, நான் ஒரு முட்டாளுங்கன்னு சந்திரபாபு பாடினாம் பாரு அந்த மாதிரிப் பாடிடு... கேட்காம இருப்பாங்களா? கேப்பாங்க. மென்னு முழுங்கணும். நீ நடந்துண்டிருக்கிற விதத்தைப் பார்த்தா உன்னை முழுமையாத் தெரிஞ்ச எனக்கே சந்தேகமா இருக்கு. டேய் கன்னி, ‘ஏதாவது உனக்கு வயலண்ட் ஸ்ட்ரீக் இருக்கா? கழுத்தை நெரிச்சா எப்படி இருக்கும்னு யார்கிட்டயாவது பரீட்சை பண்ணிப் பார்க்கற ஐடியா ஏதாவது உள் மனசில இருந்து...’

‘விளையாடாதே ராமு, எனக்கு வேற வழி சொல்லேன்.’

‘வேற வழியா, கிடையாது. போ. ஒப்புத்துக்கோ. உண்மை எப்பவாவது வெல்லும். உன்னைத் தூக்கிலே போடறதுக்குள்ளே வென்றா சரி! போடா பொங்கி, அறிவு எங்க போச்சு? வா, என்கூட வா. இங்கேயே ஒரு அவுட்போஸ்ட் இருக்கு. சொன்னாப் போறும். ஒழுங்கா வந்து ஜீப்பிலே அழைச்சிண்டு போவாங்க.’

'அரஸ்ட் பண்ணுவாங்களா.'

'இல்லை. சந்தனப் பேலாவிலிருந்து சந்தனம் எடுத்து கன்னத்தில் தடவுவாங்க. ஆளைப்பாரு! கன்னி, யூ ஆர் இன் ஃபார் சம் தேர்ட் டிகிரி. நகமெல்லாம் எப்படி இருக்கு? பரவாயில்லை. கட்டிங் ப்ளையர் வெச்சு இழுத்தா வந்துருமோல்லியோ? புதுசா நகம் வெச்சுக்கலாம்!'

'என்னடா பயப்படுத்தறயே.'

'பின்ன உன்னை என்ன பண்ணச் சொல்றே? வேற வழி ஏதும் புலப்படல. போ. நான் வேணாக் கூட வரேன்.'

'சரி ராமு, நீ சொல்றாப்போலேயே செய்துர்றேன்.'

'இப்பவே ஓடு. நான் வரவா?'

'வேண்டாம்.'

அவனிடமிருந்து விடை பெற்றுக்கொண்டபோது என் மனத்தில் உடனே போலீஸிடம் போவதுதான் நல்லது என்று தோன்றியது. இருந்தும் உள் மனத்தில் இருந்த பயம் அதிகமாயிருக்க மெல்ல மவுண்ட் ரோடு போலீஸ் நிலையத்தில் சொல்லலாம். மாம்பலத் தில் சொல்லிக்கொள்ளலாம், சாயங்காலம் சொல்லிக்கொள்ள லாம் என்று மெல்ல மெல்ல ஒத்திப்போட்டேன். தீர்மானமின்றி அறைக்கு வந்தேன். அறை வாயிலில் ஜீப் ஏதும் இல்லை. மத்தியானம் பன்னிரண்டு மணி இருக்கும். அச்சகத்தில் சாப்பாட்டுக்குப் போயிருக்கவேண்டும். எதிர் விறகுக் கடையில் யாரோ தூங்கிக்கொண்டிருக்க நான் சட்டென்று பக்கவாட்டில் திரும்பி மாடிப்படி ஏறிப் போனதை ஒருவரும் பார்க்கவில்லை. அறைக்குப் போய் ஒரு சில சட்டை வேட்டிகள் எடுத்துக் கொண்டு, பணம் பெட்டியில் இருக்கிறது, அதையும் எடுத்துக் கொண்டு ஒரு தலையணையை எடுத்துக் கொண்டு உடனே ஸ்டேஷனுக்குப் போய், பங்களூர், மைசூர் அல்லது பம்பாய்! எல்லாம் அடங்கி போலீஸ் உண்மையான குற்றவாளியைக் கண்டுபிடிக்கிறவரை தலைமறைவு. உண்மை நிச்சயம் ஒரு நாள் கண்டுபிடிக்கப்படும். அதன்பின் வரலாம். ஆம், அதுதான் சரி. அதுதான் சரி. சட்டென்று ஒரு பையில் ஒன்றிரண்டு சட்டைகள், இருந்த பணம் முழுவதும், ஒரு காற்றழுத்தத் தலையணை

எல்லாவற்றையும் எடுத்துக்கொண்டு அறைக் கதவைப் பூட்டும்போது தோளில் கைபடத் திரும்பினேன்.

அந்த ஆசாமி போலீஸ் உடையில் இல்லாவிட்டாலும் மீசையும் க்ளோஸ் கிராப்பும் போலீஸ் அதிகாரி என்பதை உரக்க அறிவித்தது.

'மிஸ்டர் கன்னியப்பன், எம்பேரு பாண்டியன்.'

'அப்படியா? வந்து நான் உங்களத்தான்... சார் நான் உங்களத்தான் சந்திக்கலாம்...'

'சட்டை பேண்ட்டோடயா! பரவாயில்லையே. உங்களுக்குச் சிரமம் ஏதும் இருக்கவேண்டாம்னு நாங்களே வந்துட்டோம். ஜீப்பு மரத்தடி நிழல்ல கொஞ்சம் மறைவா நிக்குது. நீங்க பார்க்கலைன்னு தோணுது. எங்ககூட வரீங்களா?'

நான் என்னை அறியாமல் காகிதப் பொட்டலத்தைக் கக்கத்தில் இடுக்கிக்கொண்டு இரண்டு கைகளையும் ஒன்று சேர்த்து நீட்டினேன் - விலங்குக்கு.

'தேவையில்லை. கூட வந்தாப் போதும். வரீங்களா?'

12

நான் கதை வசனம் எழுதின இருபது கதைகளில் பதினெட்டில் போலீஸ் நிலையம் வந்திருக்கிறது. நேரில் பார்ப்பதற்கு இத்தனை வித்தியாசமா! என்ன என்ன பொய்களை எல்லாம் ஜோடித்துக் கொண்டிருக்கிறோம் என்று வியப்பாக இருந்தது. நுழைந்த உடனே பூஞ்சாடிகள் இருந்தன. காம்ப வுண்டுக்குள் டயர் சப்பட்டையாக ஒரு ஆட்டோ ரிக்‌ஷா முகம் நசுங்கி நின்று கொண்டிருந்தது. அதனருகில் அப்பளமாக ஒரு சைக்கிள். சிற்சில திருடர்களும் திருட்டு அடிக்கப்பட்டவர்களும் பேசிக்கொண்டு இருந்தார்கள். பீட் டூட்டியெல்லாம் போர்டில் எழுதியிருந்தது. ஒரு பெண்மணி டயல் இல்லாத டெலிபோனின் தலையைத் தட்டிக் கொண்டிருந்தாள். பழுப்புக் காகிதங்கள் கொண்ட நிறைய ரிஜிஸ்தர்கள் இருந்தன. வரிசையாக ரைஃபில்கள் ஸ்டாண்டில் நின்றுகொண்டிருந்தன. அறைக்கு வெளியே ஒரு கவலை முகத்தன் குந்தி உட்கார்ந்திருக்க 'யோவ்! வழியை மறைச்சிக்கிட்டு! அங்க போய் உக்காரு' என்று அவனை அதட்டி விட்டு, 'வாங்க' என்று என்னை உள்ளே அழைத்துச் சென்றார் பாண்டியன். என்னை எப்போது கைது செய்யப் போகிறார்கள்? என் உரிமைகள் என்ன? எதுவும் தெளிவாகத் தெரியாத நிலையில் தயங்கித் தயங்கி உள்ளே நுழைந்தேன். அழ வேண்டும்

போலிருந்தது. எப்படி என்னை நம்பப் போகிறார்கள்! ரொம்ப அடிப்பார்களோ! துன்புறுத்துவார்களோ என்று கை நகங்களைப் பார்த்துக்கொண்டேன். கஸ்ட்டடிக்கு உண்டான சிறிய சிறை அறை தெரிந்தது. அதில் ஒருவன் சொந்த வீடு போல உட்கார்ந்திருந்தான்.

'அய்யா நான்... எனக்கும் அந்த தற்கொலைக்கும் சம்பந்தமே...' என்று உடைந்த குரலில் ஆரம்பித்தவனை- 'கொஞ்சம் இருங்க. ஒரு போன் அடிச்சுட்டு வரேன்' என்று எண்களைச் சுழற்றி 'சார், பாண்டியன்! அவனைக் கூட்டியாந்துட்டேன்.'

அந்த முனை சொல்லும் ஆணைகளைத் தன் மீசையைத் தடவிக் கொண்டே 'ஸர் ஸர்' என்று கேட்டுக்கொண்டிருந்த பாண்டியனை நான் நிதானமாகப் பார்க்க முடிந்தது. அவர் சர்க்கிள் இன்ஸ் பெக்டரா, என்ன பதவி என்றெல்லாம் தெரியாது. சீருடை யிலிருந்து சொல்லலாமாமே! முன்னே பின்னே போலீஸ் பக்கம் தலைவைத்துப் படுத்திருந்தால்தானே! கண்களில் நல்ல கருமை, தீர்க்கமான பார்வை என்னைக் கடந்திருந்தது. மூக்கு பெரிசாக இருந்தது. கீழுதடுகள் தடிமனாக இருந்தன. கீழ்ப்பற்கள் சற்றே வரிசை தவறி இருந்தன. ஃபோன் பேச்சை முடித்துவிட்டு என்னைத் துளைப்பது போலப் பார்த்தார். 'சொல்லுங்க கன்னையன், என்ன ஆச்சு?'

தவித்தேன். நடந்ததை அப்படியே சொல்லிவிடுவதுதான் உத்தமம் என்று பகுத்தறிவு சொல்கிறது. நம்பமாட்டார்களோ, அடிப்பாரோ என்று பயம் என் கை விரல்களை நடுங்க வைத்தது. 'சார், எனக்கும் வந்து இந்த சம்பவத்துக்கும், சுலேகா தற்கொலை கொலை, என்று தொடர்பில்லாமல் பேச ஆரம்பித்தவனை நிறுத்தி, 'கன்னையன், நீங்க வேறு எந்தக் கேள்விக்கும் பதில் சொல்ல வேண்டாம். அங்க போனீங்களா இல்லையா?'

'எங்க சார்?'

'சுலேகாவின் வீட்டுக்கு.'

'எப்ப சார்?'

சட்டென்று அவர் முகம் உக்கிரமாகியது. 'டோன்ட் ப்ளே வித் மி மேன். தெரிஞ்சுக்கிட்டே தெரியாத மாதிரி இந்தப் பாசாங்கெல் லாம் நடக்காது!' என்றார்.

சட்டென்று சாந்தப்பட்டு, 'ஆல்ரைட். நீங்க சொல்ல விருப்பப் படாட்டா நான் உங்களுக்குச் சொல்றேன். நேத்தைக்கு மத்தி யானம் நீங்க சுலேகாவின் வீட்டுக்குப் போயிருந்தீங்களா இல்லையா?'

'எப்ப சார்?'

அவர் அலுப்புடன், 'மத்தியானம் பன்னிரண்டரை மணிக்கா, காலைலயா எப்பன்னு நீங்கதான் சொல்லணும். கன்னையன், எங்ககிட்ட பொய் சொல்லித் தப்பிக்க முடியாது. உங்களைக் கொண்டு போய்விட்ட ஆட்டோ ரிக்‌ஷாக்காரர் சொல்லியிருக் காரு. பத்து ரூபாய்க்குச் சில்லரை இல்லாம பாக்கியை வெச்சுக்கப்பான்னு சொல்லியிருக்கிங்க. அவரை மத்தியானம் அழைச்சுக்கிட்டு வரதா இருக்கேன். நீங்கதானான்னு பார்த்துரச் சொல்லிரலாம். காலை பத்து மணிக்கு அங்க போயிருக்கிங்க!'

'அய்யோ! காலை பத்து மணிக்கு நான் ஸ்டூடியோவில் இருந்தேங்க!'

'எப்ப போனீங்க? சொல்லிருங்க.'

'ஒரு மணிக்கு இரண்டு நிமிஷம் இருக்கறப்போ!'

'அப்படி வாங்க! எப்படி அவ்வளவு கரெக்டாச் சொல்றீங்க?'

'சுலேகா என்னைப் பன்னிரண்டு மணிக்கு சாப்பிட வரச் சொல்லி யிருந்தாங்க. லேட்டாயிருச்சு ஸ்டூடியோல. அதனால அவங்க வீட்டுக் கதவைத் தட்டறதுக்கு முன்னாடி மணி பார்த்தேன்.'

'போறப்ப சிவப்பு சட்டை போட்டுக்கிட்டு இருந்தீங்க.'

'ஆமாங்க. ஸ்டூடியோவில் ஸ்க்ரீன் டெஸ்ட்டு எடுத்த சட்டையைப் போட்டுக்கிட்டு போயிருந்தேன். சட்டையை மாத்திக்கிறதுக்கு நேரம் கிடைக்காம அப்படியே போயிட்டேன்'.

'இந்தச் சட்டை போட்டுக்கிட்டு நீங்க வாசக்கதவைத் தட்டினதா எதிர்த்தாப்பலே கட்டட வேலை நடக்குது, அங்க கவனிச்சு வச்சிருக்காங்க. ஆட்டோ ரிக்‌ஷாக்காரர் இந்தச் சட்டையை ஞாபகம் வெச்சிருக்கார். நீங்க திரும்பப் போறப்ப பஸ் ஸ்டாண்டில் இதே சட்டையை நோட் பண்ணியிருக்காங்க. இந்த் மாதிரி டொமேட்டோ கலர் சட்டையைப் போட்டுக்கிட்டுப் போயிருந்துட்டு அங்க போகவே இல்லைன்னு சாதிக்கப்

பாக்கறீங்க. சிறுபிள்ளைத்தனம். ஆமா, பத்து மணிக்கு எங்க இருந்தீங்க?'

'ஸ்டூடியோவில். சார், சத்தியமா சொல்றேன். எங்கூட இருந்த கேமராக்காரரைக் கேட்டுப் பாருங்க சார். டெஸ்ட் எடுத்தவர்களைக் கேட்டுப்பாருங்க.'

'பத்து மணிக்கு நீங்க வி.ஓ.சி. காலனி போகலை?'

'அய்யோ, இல்லவே இல்லை சார்.'

'பத்தரை மணிக்கு இந்தச் சட்டையோட உங்களைப் பார்த்ததா சாட்சி இருக்கே.'

'என்னயா? என்னையா?'

'உங்களைன்னு சொல்லலை. ஆனா இந்தச் சட்டை போட்டுக்கிட்டு ஒரு ஆளு பத்து பத்தரை மணிக்கு வீட்டுப் பின்புறத்துக் கதவிலிருந்து வெளியே வந்ததா கட்டடத்து வேலைக்காரர் ஒருத்தர் சொல்லியிருக்கார்.'

'அய்யோ, அது நானில்லை சார்.'

'சட்டை அதேதானே! முதுகுப் பக்கத்தில் இதயம் வரைஞ்சிருந்ததைக்கூட சொல்லியிருக்காரே!'

'சார், இது அபாண்டம். அநியாயம். அந்த மாதிரி சட்டை அன்னிக்கு ஸ்டூடியோவில எட்டு பேர் போட்டுக்கிட்டு ஸ்க்ரீன் டெஸ்ட்டு எடுத்தாங்க. அவங்களை ஏன் கேக்கலை?'

'அவங்களையும் கேக்கத்தான் போறேன். ஆனா அவங்களுக்கும் சுலேகாவுக்கும் சம்பந்தமே இல்லையே! நீங்கதானே சுலேகாவுக்குத் தமிழ் கத்துக் கொடுத்து, காதல் கத்துக் கொடுத்து எல்லாக் கண்ராவியும்...'

'சார்! அது வந்து சார்...' திரைமலர் இதழை எடுத்துப் பேனாவால் பட்டையாக அடிக்கோடிட்டிருந்த பகுதியை எடுத்துப் படிக்க ஆரம்பித்தார். 'குட்டிக் கதாசிரியர் கருப்புக்கால் சோழன் கரிகாலன்கறது நீங்கதானே?'

'ஆமா சார். ஆனா இந்த திரைமலர்ல வந்திருக்கிறது அத்தனையும் பொய்யி. நான் இவளுக்குத் தமிழ் கத்துக் கொடுத்தேன். அவ்வளவுதான். இண்டஸ்ட்ரில யாரை வேணா கேட்டுப் பாருங்க சார்.'

'கேக்கலாம் கேக்கலாம். அவசரமே இல்லை. முதல்ல உங்க அலிபியை ஒழுங்குபடுத்திரலாம். பத்து மணிக்கு நீங்க ஸ்டுடியோவில இருந்தேங்கறிங்க. ஒரு மணிக்குத்தான் அங்க போனீங்க! அப்படித்தானே?'

'அப்படித்தான் சார்!'

'உங்களுக்கு யார் கதவு திறந்து விட்டாங்க சுலேகாவா?'

'இல்லை சார். கதவைத் தட்டினேன். யாரும் திறக்கலை. பின்பக்கம் போனேன். அங்க கதவு திறந்திருந்தது. உள்ளே போனேன்.'

'அடிக்கடி பின் பக்கமாகத்தான் நுழைவிங்களா?'

'அய்யோ இல்லை. வேலைக்காரப் பொண்ணு அந்தப் பக்கம் இருக்கும்னு விசாரிக்கலாம்னு பின்பக்கம் கதவைத் தொட்டேன். திறந்துக்கிச்சு!'

'சரி, உள்ளே போனிங்க. அங்க என்ன பாத்தீங்க? பெட்ரூமில சுலேகாவைப் பார்த்தீங்களா?'

'இல்லைங்க. கீழ எல்லாமே காலியாத்தான் இருந்தது. மாடிக்குப் போனேன். மாடியில் அவ நாய்...' எல்லாவற்றையும் சொன்னேன். நம்புகிறாரா நம்பவில்லையா! ஏதும் தெரியாத முகமூடி அணிந்தாற்போல முகம்! பிரம்பை அடிக்கடி உள்ளங்கையில் உருட்டிக்கொண்டிருந்தவர் திடீர் என்று ஒரு போடு போட்டுவிடுவாரோ என்று தோன்றியது.

'நீங்க பார்த்தபோது உடல் தொங்கிக்கிட்டு இருந்தது இல்லையா?'

'ஆமா சார்.'

'கை?'

'ரெண்டு கையும் அப்படியே மூடியிருந்தது இறுக்கினாப்பல.'

'கண்ணு?'

'தெறந்திருந்தது.'

'என்ன கலர் புடைவை கட்டியிருந்தாங்க?'

'நீலத்திலே பூப் பூவா போட்டாப்பல.'

'கதவு?'

‘சாத்தியிருந்தது. டோர் லாட்ச்.’

‘அப்படியா, இப்ப சொல்லுங்க. இந்த மாதிரி ஒரு பொம்பளை தூக்கில் தொங்கறதைப் பார்த்திங்க. ஏன் உடனே போலீஸுக்குத் தெரிவிக்கலை? ஏன் தலைமறைவாயிட்டீங்க?’

‘அது வந்து ஒரு பயத்தாலதான்.’

‘என்ன பயம்! தற்கொலைதானே, கொலையில்லையே? இதில் பயப்பட என்ன இருக்குது? கொலையா இருந்தாத்தான் யார் மேலயும் சந்தேகப்பட வாய்ப்பு இருக்குது. நீங்க என்ன சொல்றீங்க? இது கொலையா, தற்கொலையா?’

‘தெரியலை சார். அதை நீங்க கண்டுபிடிச்சிருப்பீங்களே!’

‘சொல்லுங்க. ஏன் ஓடிப் போயிட்டிங்க?’ அதை அவர் விட வில்லை.

‘சொன்னேனே, பயத்தாலதான்.’

‘யார்கிட்ட பயம்.’

‘போலீஸ்.’

‘என்னைப் பார்த்தா பயமா இருக்குதா உங்களுக்கு?’

‘ஆமா சார்.’

‘குற்றம் செய்திருந்தாத்தானே போலீஸ்கிட்ட பயப்படணும். நீங்கதான் எதும் செய்யலையே. பத்தரை மணிக்கு ஸ்டூடியோ வில் இருந்திருக்கீங்க. அதைப் பார்க்கத்தான் போறேன்! போலீஸ் கிட்ட பயம். சரி, ஓடி வந்துட்டிங்க. ஏன் ரூமுக்கு வரலை? நைட்டு தூங்க வரலை? ராத்திரி எங்க போனிங்க?’

‘திரிஞ்சுக்கிட்டு இருந்தேன் சார். ரொம்ப குழப்பமா தெளிவில் லாம இருந்திச்சு. ராத்திரி சினிமாவுக்குப் போனேன் சார்.’

‘என்ன சினிமா?’

‘பேர் தெரியாது சார்.’

‘பேர் தெரியாதா! இதை நம்பச் சொல்றிங்களா?’

‘எங்கயாவது போய் உக்காந்தா சரின்னு அதில போய் உக்காந் தேன்.’

'டிக்கெட் இருக்குதா?'

என் பையைத் தடவிப் பார்த்து, 'இல்லை சார். அந்தச் சட்டைல இருக்கலாம்.' அவர் டிக்கெட் பாதியை மேலாகப் பார்த்துவிட்டு மேசையில் வைத்துவிட்டு, 'சரி, பத்து பத்தரை மணிக்கு ஸ்டூடியோவில் இருந்திங்கன்னு சொல்றீங்களே, அங்க உங்களைப் பார்த்தவங்க யாராவது இருக்காங்களா?'

'நிறையப் பேர்.'

'எனக்கு ஒரு ஆள் போதும். யாரு? பேர் சொல்லுங்க.'

'பேர் ஏதும் தெரியாது சார். கேமராக்காரர். பிலிம் சுருள் கொண்டு வந்தவங்க. அப்புறம் என்னோட டெஸ்ட் கொடுக்க வந்தவங்க. ஒரு எட்டுப் பத்துப் பேர் இருப்பாங்க. எல்லாரும் எனக்கு அன்னியர்கள். பேர் தெரியாதவங்க.'

'ஒருத்தர் பேர்க்கூடத் தெரியாதா?'

'ஸாரி சார்.'

'நான்தான் உங்களுக்கு ஸாரி சொல்லணும். கூட நடிச்சவங்க எல்லாரும் இதே சட்டைதான் போட்டுக்கிட்டு நடிச்சாங்களா?'

'ஆமாம்.'

'அவங்களைப் பார்த்தா அடையாளமாவது சொல்ல முடியுமா?'

'யாரை?'

'யாரையாவது ஒருத்தரை.'

'ம்... முடியும்னு நினைக்கிறேன். சுருட்டை சுருட்டையாக முடி வெச்சுக்கிட்டு ஒரு ஆளு இருந்தாங்க. அப்புறம்...'

'அவங்கள்ள யாராவது நடுவில வெளியே போய்ட்டு திரும்பி வந்தாங்களா? ஞாபகம் இருக்கா?'

'என்னமோ யார் யாரோ போய் வந்த வண்ணம் இருந்தாங்க. எனக்குச் சரியாச் சொல்லத் தெரியலை.'

'நீங்க எப்ப நடுவில போய்ட்டு எப்ப திரும்பி வந்தீங்க.'

'அய்யய்யோ! நான் தொடர்ந்தேத்தியா அங்கதாங்க இருந்தேன்.'

'சுலேகாவை நீங்க காதலிச்சிங்களா?'

எதற்காகவோ தயங்கினேன். ஆம். நான் அவளைக் காதலிக்கத் தான் செய்தேன். அந்தக் காதல் ஏறக்குறைய இலக்கியக் காதல் மாதிரி! இப்படிச் சொன்னால் காக்கிச் சட்டை போலீஸ் அதிகாரியின் காதில் வேறு விதமாகத் தொனிக்கும். 'இல்லை சார்.'

'பின் அவளைப் பத்தி கவிதையெல்லாம் எழுதியிருக்கீங்க!' என்று என்னிடம் ஒரு கசங்கிய காகிதத்தை எறிந்தார்.

அது நான் அவளைப் பற்றிக் கவிதை எழுத முயன்று பாதியாகக் கிழித்துப் போட்ட காகிதத் துண்டு. 'சுலேகா என் இதய ரேகா' என்பதுடன் கிழிந்திருந்தது. 'அட இது எப்படி உங்களுக்கு?'

'உங்க வீட்டுக் குப்பையைப் பொறுக்கறதும் எங்க வேலைதான்! என்ன செய்யறது, அப்ப அவங்களை நீங்க காதலிச்சிங்க! இத பாருங்க, பொய் சொல்றது ரொம்ப கஷ்டம். அடுக்கடுக்கா சொல்லிக்கிட்டே போகணும். நல்ல ஞாபக சக்தி வேணும். உண்மை ரொம்பச் சுலபம். என்ன நடந்தது? சொல்லிருங்க. ஏன் போனீங்க?'

'அதான் சொன்னேனே சார், சுலேகா என்னைச் சாப்பிடக் கூப்பிட்டிருந்தாங்க.'

'இதை யார்கிட்டயாவது சொல்லியிருக்கீங்களா போறதுக்கு முன்னாடி?'

'சொல்லியிருக்கேன். முரளி சாரைக் கேட்டுப் பாருங்க.'

'முரளி? ஓ! ப்ரொட்யூஸரோட மச்சான்! கேட்டுரலாம். கேட்டுரலாம்! பாருங்க கன்னியப்பன். நான் ஒண்ணு சொல்றேன். நடந்ததைச் சொல்றேன். குறுக்க பேசாம கேட்டுக்கிட்டே வாங்க. அப்புறம் பதில் சொல்லுங்க. என்ன? உங்களுக்கு சுலேகா மேல ஆசை வந்திருச்சு. உங்க காதலைப் பலவிதத்தில் வெளிப்படுத்தறதுக்கு நல்ல பல சந்தர்ப்பங்கள் உங்களுக்குக் கிடைச்சிருக்கு. அதைப் பத்தி வதந்திகூட பத்திரிகையில போடற அளவுக்கு உங்கள் சந்திப்பு விருத்தியாயிட்டுது. நீங்க அவளைக் கல்யாணம் பண்ணிக்கக் கேட்டிருக்கிங்க. அவ உங்களைத் துச்சமாப் பேசியிருக்கா. 'ஒரு சாதாரண உதவிக் கதாசிரியரைப் போயி நான், சுலேகா, ஸ்டாரு, கல்யாணம் பண்ணிக்கிறதாவது! கனவில்கூட நினைக்காதே!'ன்னு பளிச்சுன்னு சொல்லிட்டா. அன்னைக்கு உங்களை அதைச் சொல்லத்தான் கூப்பிட்டிருக்கா.

இந்த மாதிரிச் சொல்றதைக் கேட்டதும் உங்களுக்கு ஆத்திரம் வந்திருச்சு. நியாயம்தானே! எல்லோருக்கும் அப்படி துச்சமா பேசினா ஆத்திரம் வரத்தானே வரும்! என்ன பண்ணிங்க? ஒரு கவுத்தை எடுத்தீங்க. கழுத்தை நெரிச்சிங்க. அதைத் தற்கொலை போலக் காட்டறதுக்கு அப்படியே விட்டத்திலே உடலை மாட்டிட்டு உங்களை யாரும் பார்க்கலைன்னு வந்து படப் பிடிப்புக்கு வந்துட்டீங்க...'

நான் அதிர்ந்து போனேன். 'அய்யோ என்ன சார்! நான் எழுதற கதையைவிட கடுமையான கற்பனையாக இருக்குதே!' என் கண் களில் பொலபொலவென்று கண்ணீர் உதிர அப்போதுதான் நிலைமையின் தீவிரம் புரிந்தது. இவர் என்னைத்தான் சந்தேகிக் கிறார். ராத்திரிக்குள் குற்றத்தை ஒப்புக்கொள்ளும்படி துளைத்து எடுத்துவிடப் போகிறார். கேள்வி கேட்டே சாகடிக்கப் பார்க்கிறார்.

'எதுக்காக அழறீங்க இப்ப.'

'நான் செய்யலை சார். நான் செய்யலை சார். அய்யோ! அய்யோ! நான் செய்யலை!'

சட்டென்று குரலை உயர்த்தி, 'பின்ன ஏன்யா யாரும் இல்லாத தினமாப் பார்த்து அங்க போனே?'

'புரியலீங்க.'

'அண்ணன்காரன் அந்த வேலைக்காரப் பொண்ணையும் அழைச் சிட்டு கொச்சிக்குப் போயிருக்கிறது தெரியுமில்லே உனக்கு?'

'அண்ணன் போனதுதான் தெரியும். வேலைக்காரப் பொண்ணு கூடப் போனது தெரியாதுங்க.'

'யாரும் இல்லாத சமயமா பார்த்து செலக்ட் பண்ணியிருக்கே. எட்டுப் பேர் போட்டுக்கிட்ட சட்டையைப் போட்டுக்கிட்டுப் போயிருக்க. அடையாளம் கண்டுபிடிச்சாலும் யாருன்னு சொல்லக் குழப்பம் வந்துரும்! சரியான கில்லாடிய்யா நீ! அந்த நாயி அன்னியர்களைப் பார்த்தா புடுங்கி எடுத்துடும்னு அண்டை அசல்ல சொன்னாங்க. அவளைக் கொலை பண்றபோது நாயி என்ன பண்ணுச்சு. பாஞ்சிருக்காதோ? அதை யாரும் கட்டிப் போடலை! வந்தவன் பழக்கப்பட்ட ஆசாமின்னுதானே அர்த்தம்! உன்னைத்தவிர அடிக்கடி அவங்க வீட்டுக்கு வந்து போனவங்க் அதிகம் பேர் இல்லை!'

‘சார், அந்த நாயி விஜிஆரைப் பார்த்தாக்கூட வாலை ஆட்டும்! அப்படிப் பார்த்தா அவரையும் சந்தேகப்படணும். எல்லாரும் சேர்ந்து எம்மேல சதி பண்ணி குற்றம் சாட்ட விரும்பறீங்க. கடவுள் உங்களை லேசில விடமாட்டார்.’

‘சைத்தான் வேதம் ஓதறியா! கொலையையும் செஞ்சுப்பிட்டு.’

நான் இப்போது முழுவதும் உடைந்துபோய் அழுதேன். சிந்த முடியாமல் மூக்கிலும் கண்ணிலும் தண்ணீர் தாரை தாரையாக ஒழுக, ‘இப்படி இப்படி சொன்னிங்கன்னா என்னைப் போல ஏழைங்க, பாதுகாப்பு இல்லாதவங்க எங்க போறது அய்யா? நான் செய்யலைய்யா! நான் செய்த ஒரே தப்பு பார்த்த உடனே தெரிவிக்காதது! அதுக்கு நேரான காரணம் பயம்! போலீஸ்கிட்ட பயம்தான்! நீங்க இந்த மாதிரி கேட்டுக்கிட்டே இருந்திங்கன்னா அப்படியே உடைஞ்சு போயி எல்லாக் குற்றத்தையும் ஒப்புத்துக் கிடுவேன்! அய்யா என்னை விட்டுருங்க! நானில்லை அது நானில்லை!’

மேசைக்குக் குறுக்கே அவர் காலைத் தேடினேன் தொட்டுக் கும்பிடுவதற்கு!

‘சேச்சே, காலைத் தொடாதே’ என்று எழுந்து நின்று தன் பிரம்பை இன்னும் கையில் உருட்டிக்கொண்டு என்னருகில் வந்தார். தரையில் உட்கார்ந்திருந்த நான் கிலி பிடித்து அடுத்த செயலை ஒரு விதத்தில் எதிர்பார்த்து அடிக்குத் தயாரானேன். பிரம்பை மேசைமேல் வைத்தார். என் தோளைப் பிடித்தார். என் உடல் பூரா நடுங்க ஆரம்பிக்க ‘எந்திரி’ என்றார்.

‘எந்திரியான்னா!’

எழுந்திருந்தேன். ‘கன்னியப்பன், நீங்க இந்தக் கொலையைச் செய்யலை’ என்றார்.

நான் நம்பிக்கையில்லாமல் ‘சார்?’ என்றேன்.

‘மோட்டிவ் இல்லை. பத்தாது! எனக்கே நான் சொன்னது பூரா அபத்தம்னு தெரிஞ்சு போச்சு. இருந்தாலும் உங்க சாட்சியத்துல எங்கயாவது ஓட்டை இருக்கான்னு பார்க்கறதுக்காகத்தான் இந்த மாதிரி மடக்கினேன். உக்காருங்க. டேயப்பா! ஒரு டீ கொண்டுவா.’

சட்டென்று குளிர்ச்சியாகக் காற்று அடித்தாற் போல உணர்ந்தேன். கண்ணைத் துடைத்துக்கொண்டு, ‘சார், ரொம்ப பயந்துட்டேன்!’

‘ஒரு சின்னச் செயலால் என்ன குழப்பம் பாருங்க. உங்களுக்கும் குழப்பம். எங்களுக்கும் குழப்பம்!’ இப்போதுகூட எனக்கு நம்பிக்கையில்லை. இது அவருடைய கேள்வி கேட்பதில் புதிய உத்தியோ என்று! ‘பேசாம மத்தியானமே ரிப்போர்ட் பண்ணியிருந்தீங்கன்னா விஷயம் உங்களைப் பொருத்தவரையில் அங்கேயே தீர்ந்து போயிருக்கும்! அதை விட்டுவிட்டு ராவோடு ராவாத் தலைமறைவா இருந்து... ஒரு ஆட்டோவிலேயோ, நடந்தோ, ஒரு வீட்டுக்குப் போனா உங்களை யாரும் கவனிக்கலைன்னு நினைச்சுக்கறது தப்பு. எத்தனையோ பேர் பாக்கறாங்க. பாத்துட்டு தேவையில்லைன்னா கொஞ்ச நேரத்தில மறந்துருவாங்க. தேவைப்பட்டா நினைப்புக்குக் கொண்டுவர முடியும். உங்களை பஸ் ஸ்டாண்டில் ஒண்ணரை மணிக்குப் பார்த்ததுக்கு நாலு சாட்சி இருக்குது. ஆட்டோகாரர்கிட்ட போட்டோ காட்டின உடனே பளிச்சின்னு சொல்லிட்டாரு. இவர்தான்னுட்டு. எதுக்காக போலீஸ் கிட்டப் பயப்படணும்? நாங்க என்ன கடிச்சா முழுங்கிடுவோம்? இந்த மாதிரித்தான் எத்தனையோ கேஸ்கள் மக்கள் முன் வராததால் நாங்க குறுக்கு வழிக்கெல்லாம் போகவேண்டியிருக்குது. பத்தாயிரம் பேருக்கு ஒரு போலீஸ்காரனை வெச்சுக் கொலை கொள்ளை திருட்டு எதும் இருக்கக்கூடாதுன்னு பாத்துக்கோன்னா அவர்களுக்கும் அப்பப்போ ஆத்திரம் வரத்தான் செய்யும். போலீஸ்காரங்க தர்மபுத்திரங்கன்னு சொல்ல வரலை. ஆனா ஜனங்க ஒத்துழைப்பு எங்களுக்குக் கட்டாயம் வேணும். இந்தம்மாளை ஒருத்தன் கொன்னிருக்கான்...’

‘தற்கொலை இல்லையா சார் அது? நிச்சயமா தெரிஞ்சு போச்சா?’

‘கழுத்திலே மூணு சுத்து இறுக்கியிருக்கு. தற்கொலை பண்ணிக்கிட்டா ஒரு சுத்துத்தான் சாதாரணமா இருக்கும். அப்பொறம் தற்கொலைன்னா எச்சி வழியும். எச்சிலே இல்லை! அந்தம்மா பயத்திலே ஒண்ணுக்குப் போயிருக்காங்க! வெளிக்குப் போயிருக்காங்க! கையெல்லாம் எதையோ பிடிக்கிறதுக்கு பரிதாபமா இறுக்கியிருக்கு. போஸ்ட்மார்ட்டம் ரிப்போர்ட் பார்த்தேன். செத்துப் போனது அஸ்ஃபிக்ஸியாவால! ரத்தக்குழாய் எல்லாம் கன்ஜெஸ்ட் ஆயிருக்குது. ஸெரிப்ரல் இஸ்கீமியான்னு சொல்லுவாங்க. அது வேற ஆகியிருக்குது. ஆனா தொங்கினா பெரும்பாலும் கழுத்து எலும்பு உடைஞ்சுரும், என்ன? ஒரு மாதிரி ஆயிட்டிங்க? என்ன பண்றது. இதையெல்லாம் நிறையவே பாத்தாச்சு! அந்தம்மா நிச்சயம் கொலை செய்யப்பட்டிருக்காங்க.

கொலை நடந்த நேரம் பத்து பத்தரை இருக்கும். நீங்க பாத்தப்ப மூணு மணி நேரம் தொங்கியிருக்காங்க. அண்ணன் இல்லை. வேலைக்காரப் பொண்ணு இல்லை. ரெண்டரை மணிக்கு வீடு கூட்டறவ போயிருக்கா. பாத்திரம் தேய்க்கப் பின் பக்கமா உள்ள போயி நாயைப் பார்த்து மேல போயி குய்யோ முறையோன்னு கூப்பாடு போட்டு போலீஸுக்கு ஓடி வந்து சொல்லியிருக்கா, அவளுக்கு இருந்த பொறுப்புகூட உங்களுக்கு இல்லை. நீங்க எங்களுக்குத் தேவைப்படறது ஒரு முக்கியமான விட்னஸுக் காக. அந்தம்மாகூட கொஞ்சம் குளோஸாகவே பழகியிருக்கிங் கங்கற ரீதியிலே அவங்க எப்பவாவது ஏதாவது உங்க கிட்ட பிரச்னை எதைப்பத்தியாவது சொன்னாங்களா?'

'சொன்னாங்க. கல்யாணம் பண்ணிக்கப் போறதா சொன்னாங்க.'

'யாரை.'

'யாரைன்னு சொல்லலை. அதுக்குத்தான் என்னை ஞாயிற்றுக் கிழமை கூப்பிட்டிருந்தாங்க. என்னுடைய உதவி தேவையிருக் கிறதாச் சொன்னாங்க.'

'அப்படியா? முதலில் எப்ப சந்திச்சீங்க அவளை?'

பயம் எல்லாம் விலகின நிலையில் அந்தப் பாண்டியனை எனக்குப் பிடித்துப் போய் விட்டிருந்தது. முதலில் விஜிஆரால் அழைக்கப்பட்டதையும் சுலேகாவைத் திரை பிம்பத்தில் முதலில் சந்தித்ததையும் தமிழ் கற்றுக்கொடுக்க ஏற்பாடானதும் விஜிஆர் அவளைப் புகழ்ந்து பேசினதையும் சேட்டன் பாலச்சந்திரன் பற்றியும்... 'சேட்டனும் இல்லை பூட்டனும் இல்லை. ஏதோ தூரத்து உறவுக்காரன், அதும் சந்தேகக் கேஸ்! கொச்சிக்கு நிசமாப் போனானான்னு விசாரிக்கணும். சொல்லுங்க. இந்த விஜிஆரும் அந்தப் பொண்ணும் எப்படிப் பழகினாங்க?'

'ஒரு மாதிரி அன்னியோன்னியமா ஒருத்தரை ஒருத்தர் தட்டிக் கிட்டு சிரிச்சுப் பேசிக்கிட்டு ஆனா இந்த மாதிரி பழகறதெல்லாம் சினிமாவிலே சகஜம்ங்க.'

'வாஸ்தவம்தான். பொண்ணு எப்படி?'

'ரொம்ப தங்கங்க! தற்கொலை பண்ணிக்கவேண்டிய பொண்ணு இல்லைங்க. வாழ்க்கையில நிறைய விஷயங்கள்ல அதுக்கு சின்னக் குழந்தையோட ஆர்வம் இருந்தது. மரத்துக்குப் பேர்

சொல்லும். கவிதை சொல்லும். யூனிட்டிலே எல்லாரையும் கலாட்டா செய்யும். பச்! அதுக்கு இதெல்லாத்தையும் விட்டுட்டு ஊருக்குப் போயி கல்யாணம் செய்துக்கிட்டு குழந்தை பெத்துக் கணும்னுதான் ஒரு ஆசை! எல்லார்கிட்டேயும் சொல்லியிருக்கு. ஒரு விதமாக மத்தவங்களால் பயன்படுத்தப்பட்ட பொண்ணு போல. சினிமா வாழ்க்கையை விரும்பாத பொண்ணுன்னுதான் சொல்லலாம். ஒம்பது வயசில இருந்து ஆக்டிங் பண்ணியாச்சு. போதும் போதும்னுதான் பலமுறை சொல்லியிருக்கு.'

'யாரைக் கல்யாணம் பண்ணிக்கப் போறேன்னு கோடி காட்டலியா?'

'இல்லங்க. ஒரு முறை மைசூர்ல நடந்ததில இருந்து எல்லாத்தை யும் உங்ககிட்டச் சொல்லிர்றேன்னு சொல்லிச்சு. அவ்வளவு தாங்க...'

'அப்படியா?' பாண்டியன் ஒரு காகிதத்தில் 'மைசூர்' என்று எழுதிக்கொண்டார்.

'விஜிஆருக்கும் அதுக்கும் உறவை எப்படி நீங்க வகைப்படுத்து வீங்க?'

'ஒரு விதமான, ஒரு விதமான... என்ன சொல்லலாங்க. அவ ளுக்கு ஏராளமா பப்ளிஸிட்டி கொடுத்து ஒரு பேட்ரன் மாதிரி இருந்தார். பெரிய ஸ்டார் ஆக்கணும்னு சொல்லிக்கிட்டிருந் தாருங்க. அவ பிறந்த தினத்துக்குப் பரிசெல்லாம் கொடுத்து, இந்த மாதிரி.'

'என்ன பரிசு?'

'கேமரா! கேமரா! கேமரா! கேமரா! ஃபிலிம்!' என்றேன்.

'என்னங்க?'

'சுலேகா எங்கிட்ட ஒரு பிலிம் கொடுத்து டெவலப்பண்ணி பிரிண்ட் எடுத்து யார் கிட்டயும் காட்டாம அவகிட்ட கொண்டு கொடுக்கச் சொல்லியிருந்தாங்க.'

'அப்படியா. கொடுத்தீங்களா?'

'இல்லைங்க. டெவலப் பண்ணக் கொடுத்து இன்னும் கலெக்ட் பண்ணலை.'

'எங்க கொடுத்தீங்க?'

'பஸ் ஸ்டாண்டுக்குப் பக்கத்தில் ஒரு போட்டோ கடையில.'

'ரசீது இருக்கா?'

'ரூம்ல இருக்குது.'

'மை ஃபர்ஸ்ட் ப்ரேக்! வாங்க போகலாம்!'

ஜீப்பில் போகும்போது அவர் மற்றவர்களைப் பற்றிக் கேட்டார். 'முரளி அவருக்கு ஒரு நம்பகமான சேவகன் போலங்க. எல்லாக் காரியமும் அவர்தான். ப்ரொடக்ஷன் வண்டிகளுக்கு ஏற்பாடு பண்றது, ரொம்பப் பணிவான, மௌனமான, மத்தவங்க விஷயத் திலே அனாவசியமாக் குறுக்கிடாத ஆளு, என்னை ஸ்க்ரீன் டெஸ்ட்டுக்கு அனுப்பிச்சவரே அவர்தான்.'

'அந்தம்மா? விஜிஆருடைய மனைவி?'

'அந்தம்மாவை ஒருமுறைதான் சந்திச்சேன். ஒரு மாதிரி பேசினாங்க.'

'ஒரு மாதிரினா?'

'சுலேகாவுக்கு என்ன வயசுன்னு கேட்டு இருபத்திரண்டுன்னு அவங்களே சொல்லிட்டு, தேவடியா, எல்லாருமே தேவடியான்னாங்க.'

'அவங்களுக்கு என்ன வெறுப்போ! என்ன சந்தேகமோ! ஆமா, இந்த வதந்தி எப்படி உருவாச்சு? திரைமலரில, உங்களுக்கும் அந்தப் பொண்ணுக்கும் தொடர்பு இருக்கிறதா?'

'அந்த ஆளு குருவியை விசாரிக்கத்தான் போயிருந்தேங்க. சிக்கலை.'

'சரி, அந்த ஆளை அப்புறம் பாத்துரலாம்!'

13

அறைக்குப் போனபோது, 'கரிகாலன், உங்களைப் போலீஸ் தேடிக்கிட்டு' என்று அருணா பிரிண்டர்ஸ் ஆரம்பிக்க, நான் பெருமையுடன் 'அவங்க கூடத்தான் வந்திருக்கேன்' என்று சொல்லிவிட்டு அறைக்குப் போய் அந்த ஸ்டூடியோ ரசீதைத் தேடி எடுத்து மறுபடி ஜீப்பில் ஏறிக்கொண்டேன். ஸ்டூடியோ பூட்டியிருந்தது.

'எப்ப திறக்கும்?'

'லஞ்சுக்குப் போயிருக்காங்க. நாலு நாலரைக்குத்தான் வருவாங்க. என்னங்க, ஏதாவது விடியோ கேஸா?'

பாண்டியன் தன் கைக்கடிகாரத்தைப் பார்த்து, 'இன்னும் ரெண்டு மணி நேரம் இருக்குது. வாங்க, அந்தக் குருவியைப் பார்த்துட்டு வரலாம்' என்றார்.

'பத்து மணிக்கு அதே மாதிரி டிஸ்கோ சட்டை போட்டுக்கிட்டு ஒரு ஆள் பின்பக்கமா வெளியே வந்ததை எதிர்த்தாப்பல கட்டடத் தொழிலாளி ஒருத்தர் பார்த்திருக்காரு. மணிதான் கொஞ்சம் உதைக்குது. வாட்சு கிடையாதே, எப்படிய்யா சொல்றேன்னா அதுக்கப்புறம் மேஸ்திரி கிட்ட டயம் கேட்டதா சொல்றார். பத்து பத்தரை மணிக்கு அவ இறந்திருக்கலான்னு போஸ்ட்மார்ட்டம்

ரிப்போர்ட். டெம்பரேச்சர், டைஜஷன் எல்லாத்தையும் வெச்சுக் கணக்கிட்டிருக்காங்க. ஒண்ணு கொல்லத்துக்காரர் உங்களைப் பார்த்துட்டு முன் பின்னே மணி சொல்லியிருக்கணும். ஆனா அந்தச் சட்டை எல்லாருக்கும் ஞாபகம் இருக்குது. வெளியே வந்த ஆளு சிவப்புச் சட்டை போட்டிருந்தாருன்னு தீர்மானமாச் சொன்னாரு. பத்து மணியா, ஒரு மணியா? ஒரு மணின்னா அவன் பார்த்தது உங்களை. பத்து மணிக்கும் ஒரு மணிக்கும் அத்தனை குழப்பமா ஏற்படும்? இது கொஞ்சம் உதைக்குது. அதனாலதான் உங்களைக் கேட்டேன். கூட ஆக்டிங் பண்ணவங்க எவராவது பத்து பத்தரை மணிக்கு நைசா நழுவினாங்களான்னு? யோசிச்சுப் பாருங்க. இப்ப இந்தக் குருவியை சந்திக்கலாம். மறுபடி திரைமலர் அலுவலகத்தில் நுழைந்தபோது எடிட்டர் போலீஸ் உடையை பார்த்ததும் திகிலாகி விட்டார். 'சார், தப்பு நடந்து போச்சு. அந்தப் பொண்ணு இப்படிச் செய்யும்னு நாங்க கனவில் கூட நினைக்கலை. விஜிஆர் அப்படியே கோன்னு கண்ணீர் விட்டு இடுகாட்டில் தரையில உக்கார்ந்து அழுதார் சார்...'

'கவனிச்சேன். உங்க மாதிரி ஆளுங்க கண்டத எழுதப் போயிதான் அந்தப் பொண்ணு அந்த மாதிரி தற்கொலை பண்ணிக்கிச்சோ என்னமோ?'

'தற்கொலையா சார்?'

'இப்ப நான் என்ன சொன்னாலும் காது மூக்கு வெச்சுப் போடப் போறே! எங்கய்யா அந்தக் குருவி?'

'ஸ்டூடியோவுக்குப் போயிருக்கார், வர ராத்திரி ஒரு மணி ஆகும். கோடம்பாக்கமே ஸ்தம்பிச்சுப் போயிருக்காம். டெக்னிஷியன் கள் எல்லாம் ஒரு நாள் படப்பிடிப்பு ரத்து செஞ்சு...'

'அதெல்லாம் விடு. குருவியைப் பத்திப் பேசு.'

'ஸ்டூடியோவுக்குப் போயிருக்கான்னேனே!'

'எந்த ஸ்டூடியோ?'

'சாரதா.'

'வாங்க போகலாம், சாரதா.'

'நான் எதுக்கு? அங்கிருந்து ஏவிஎம் போயிர்றதாச் சொன்னான்.'

‘அப்ப ஏவிஎம்க்குப் போகலாம். வரிங்களா?’

‘அவன் ஆப்படலைன்னா உங்களுக்குச் சிரமம் இல்லையா?’

‘எனக்கு ஒரு சிரமமும் இல்லை. இதான் என் ஜோலி. அவன் அகப்படறவரைக்கும் சுத்திக்கிட்டே இருக்கலாம். பாரு, எடிட்டரய்யா! புருடா விடாதீங்க. யாரு இந்தக் குருவி? சொல்லித் தொலைங்க.’

அவர் சற்றுத் தயக்கத்துடன், ‘வந்து வந்து... உங்ககிட்ட எதுக்குப் பொய் சொல்லணும். நான்தான் சார்.’

‘அப்படி வா வழிக்கு. இப்ப சொல்லு. இந்த ஆளையும் சுலேகாவையும் பத்தி வதந்தி ஒண்ணு எழுதினியே, அது எங்க கிடைச்சுது உனக்கு?’

‘அது வந்து எனக்கு யார் சொன்னா?’

‘அதான நான் கேக்கற கேள்வி.’

‘சரியா ஞாபகமில்லையே சார்.’

‘தபாரு, ஞாபகப்படுத்திக்கிற வரைக்கும் நான் இங்க விட்டுப் போறதா இல்லையே.’

‘ரொம்ப பயமுறுத்தறேளே, பத்திரிகை சுதந்தரம் ஒண்ணு இருக்கு தெரியுமா?’

‘என்ன மயிரு பத்திரிகை சுதந்தரம்? எதையாவது புடிச்சு எழுத்திட்டு அந்தப் பொண்ணு தொங்கிட்டா, பாஸ்டர்ட்! எழுதறப்போ ஒரு பொறுப்பு வேண்டாம்? அது எந்த விதத்தில அந்தப் பொண்ணோட செண்டிமெண்ட்ஸை பாதிக்கும். ஒரு கவலை வேண்டாம்? என்னன்னு நினைச்சுக்கிட்டு இருக்கே? எதை வேணுமானாலும் குருவி கொக்குன்னு எழுதிட்டு தப்பிச்சுக்கலாம்னு பாக்கிறியா? இங்கு லைஃப் லாங் ஸூட்டுப் போடப் போறாங்க தெரியுமா? கிரிமினல் அஃபென்ஸ்!’

‘என்ன சார் பயமுறுத்தறீங்களே!’ அவர் கண்களில் மருட்சியும் கவலையும் தோன்ற, ‘சரி சார். சொல்லிடறேன். அந்தச் செய்தியை எனக்குக் கொடுத்ததே விஜிஆர் யூனிட்டிலதான்!’

‘விஜிஆர் யூனிட்டில யாரு?’

'போன் பண்ணிச் சொன்னாங்க. இந்த மாதிரி ஒரு செய்தி போடு. பணம் வந்து சேரும்னுட்டு.'

'யாருய்யா? யாரு போன் பேசினா? யார் பேசறதுன்னு கேக்க மாட்டியா?'

'விஜிஆர் யூனிட்டில இருந்து பேசறம்னாங்க. விஜிஆராகக் கூடவே இருக்கலாம். சார், உங்கிட்ட மறைக்க வேணாம்னு பார்க்கறேன். இன்ட்ஸ்ட்ரில இன்னொரு ரூமர் இருந்தது தெரியுமோல்லியோ?'

'என்னன்னு சொல்லு?'

'என்னை சாட்சிக்கு கீட்சிக்குக் கூப்பிட மாட்டீங்களே?'

'இல்லை. சொல்லு.'

'அந்தப் பொண்ணு சுலேகாவுக்கும் விஜிஆருக்கும் கல்யாணம் ஆகப்போறதுன்னு சொன்னாங்க. ஆயிடுத்து, ரிஜிஸ்ட்ரார் ஆபீஸ்ல மைசூர்ல முடிஞ்சுடுத்துன்னு கூடச் சொன்னாங்க. முதல் ஷெட்யூல்ல அவுட்டோர் போனபோது ரெண்டு பேருக்கும் ரொம்பப் புடிச்சுப் போயி படம் முடிஞ்ச உடனே கல்யாணம்னு தீர்மானமாயிருச்சாம். சின்ன வீடு மாதிரி இல்லாம ரெகுலரா கல்யாணம்தான் வேணும்னு அந்தப் பொண்ணு கேட்டதாம். அதனாலதான் தயக்கம்னு சொன்னாங்க. இதில மச்சினனும் உடந்தைன்னு கூடப் பேச்சு இருந்தது. விஷயத்தை வெளிய வராம கமுக்கமா வெச்சுக்கத்தான் இந்த மாதிரி கரிகாலனுக்கும் சுலேகாவுக்கும் ஒரு இதுன்னு கவுண்ட்டரைக் கிளப்பிவிட்டிருக் காங்க. இப்படி ஒரு டெக்னிக் இந்த ஃபீல்டில் ரொம்ப சகஜம். ராதா சோதாவைக் காதலிக்கிறானா? ராதாவுக்கும் வேதாவுக்கும் ஒண்ணைக் கிளம்பி விடறது.'

'அப்படியா? விஜிஆர், கல்யாணம் இதெல்லாம் உனக்கு யாரு சொன்னா?'

'இதுக்கெல்லாம் ரிஷிமூலம் பாக்காதங்கோ. பராபரியா காதில விழும். கொஞ்சம் காதைத் தீட்டி வெச்சுக்கிட்டா டிரைவர் சொல்லுவான். லைட்பாய் சொல்லுவான். ஓட்டல் வெயிட்டர் சொல்லுவான். இவர்கள்கிட்டருந்தெல்லாம் தப்பிக்கவே முடியாதே! என்ன?'

‘சரியான மாமா பிஸினஸ்யா உம் பிஸினஸ்! இதென்ன?’ என்று ஒரு ஃபோட்டோவை எடுத்துப் பார்த்தார். ‘இதைப் போடப் போறியா?’

‘ஆமா. செண்டர் பேஜில் கலர்ல!’ அந்தப் படத்தில் ஒரு ஹாலிவுட் நடிகை ஈரத்துணியில் முலைக்காம்பெல்லாம் தெரிய நனைந்திருந்தாள். ‘பத்திரிகை விலை போகணுமில்லையா?’

‘ஹய்யோ! நாடு வாழ்க! வாங்க கரிகாலன். யோவ் குருவி, உன்னை அப்புறம் விசாரிக்கிறேன்.’

‘எப்ப வேணா வாங்கோ. ஆல்வேஸ் ஓப்பன்! நம்ம எக்ஸ்ட்ரா நளினா சொன்ன மாதிரி ஆல்வேஸ் ஓப்பன்.’

திரும்பச் செல்லும்போது பாண்டியன் சிந்தனை வசப்பட்டிருந் தார். என்னிடம் அதிகம் பேசவில்லை.

‘எங்கயோ இழுத்துக்கிட்டுப் போவுதுய்யா இந்தக் கேஸ¬. சே, உங்க சினிமா உலகமே சாக்கடைய்யா!’

‘என்னால நம்பவே முடியலை சார். விஜிஆர் இந்த மாதிரி வதந்தியைக் கிளப்பியிருப்பாருங்களா? குருவி பொய் சொல்லுது.’

‘இல்லை. அவன் சொன்ன காரணம் சரியாத்தான் இருந்தது. டைவர்ஷன்! அட்டென்ஷனை டைவர்ட் பண்றமாதிரி! அதாவது முதல்ல சொன்னது உண்மையா இருந்தா!’

‘என்னது?’

‘விஜிஆர் அவளைக் கல்யாணம் பண்ணிக்க ஏற்பாடாகியிருந்தா!’

‘எனக்கு அப்படித் தோணலை. நீங்க விஜிஆரைப் பார்த்தீங் களோ?’

‘பார்த்தேன் பார்த்தேன். ரொம்ப நொந்து போயிருந்தார். படத்தில் பப்ளிஸிட்டியில இன்வெஸ்ட் பண்ணதெல்லாம் நஷ்டமாயிடுச் சேன்னு நொந்திருக்கார்னு நினைச்சேன். இது வேற ஆங்கிள்! சுவாரஸ்யமாகத்தான் இருக்குது. அந்தம்மா எப்படி?’

‘யாரு?’

‘மனைவி’

‘ரொம்ப லட்சுமிகரமா ஊஞ்சலாடிட்டு பட்டுப் புடைவை வைர நகைன்னு சோபிதமா இருந்தாங்க.’

‘இருந்தும் விலைமகள்னு திட்டினாங்க.’

‘திட்டறாப்பல இல்லைங்க. ஏதோ ஒரு தவிர்க்க முடியாத உண்மையை எடுத்துச் சொல்றாப்பல!’

‘கதாசிரியர் நல்லாத்தான் கவனிச்சு வெச்சுருக்கிங்க’ என்று சிரித்தார்.

இப்போது போட்டோ ஸ்டூடியோ திறந்திருக்க அந்த ரசீதைக் கொடுத்து விட்டு மஞ்சள் மஞ்சளாக இருந்த சின்னச் சின்னக் கவர்களில் கடைக்காரர் தேடும்போது எனக்கு இதயம் துடித்தது. பாண்டியன் கவலையே இல்லாமல் போக்குவரத்தைக் கவனித்துக்கொண்டிருந்தார்.

‘இந்தாங்க. சில நெகட்டிவ் மோசமா இருந்ததை ப்ரிண்ட் எடுக்கலைங்க.’ அப்போது பாண்டியன் என் அருகில் வந்து ‘உங்க கிட்ட காசு இருக்காது, தெரியும் எனக்கு. எத்தனைப்பா’ என்றார்.

‘அம்பத்தேழு சார். குட்மார்னிங் சார்.’

‘குட் ஈவினிங்! எப்படி இருக்கு விடியோ பிஸினஸ் எல்லாம்?’

‘விடியோவா? அய்யோ!’

‘டீப் த்ரோட் எத்தனை காப்பி வெச்சிருக்க?’

‘அய்யோ! என்ன சார் சொல்றீங்க? டேய், போய் சூடா காப்பி கொண்டுவாடா.’

‘இரு, இரு, உன்னை அப்புறம் கவனிச்சுக்கிறேன். ப்ளூ பிலிமா ராஜா... நடத்து... எங்க போற நீ? அப்புறம் வரேன்.’ போட்டோக் காரர் கை நடுங்க மூன்று ரூபாய் கொடுக்க அந்தப் புகைப்படங் களை வாங்கிக்கொண்டார். நான் அவருடன் ஜீப்பில் ஏறிக் கொள்ள சீட்டிலிருந்து ஜீப் கிளம்புவதற்கு முன்னமேயே உறை யில் இருந்த போட்டோ பிரதிகளைப் பாதி பாதியாகப் பிரித்து நோக்கினார். லேசாக விசில் அடித்தார். ‘கேஸ் சூடு பிடிக்கு துய்யா.’

‘என்னங்க?’

‘இதைப் பாருங்க.’

அந்தப் புகைப்படங்களில் விஜிஆரும் சுலேகாவும் தனித்தனி யாக மைசூர் பிருந்தாவன் தோட்டத்தில் நீர் பெருக்குக்கு அருகில், ரெஸ்ட் ஹவுஸ் அருகில், ஒரு சில படங்களில் வழிப் போக்கர்கள் எடுத்த சில காட்சிகளில் இரண்டு பேரும் ஒன்றாக இறுக அணைத்துக்கொண்டு... ‘குருவி சொல்றதில் உண்மை இருக்கு போலத்தான் இருக்குது. ப்ரொட்யூசர் நடிகை உறவாய்யா இது. இதுல பாரு, ஏறக்குறைய முத்தம். இல்லை வாசனை பாக் கிறாரா?’

பிரமிப்பாக இருந்தது. விஜிஆரும் சுலேகாவும் பழகின பாணி யில் இதுவரை இந்த மாதிரி உறவு இருக்கிறது என்று எனக்குத் தெரிந்திருக்கவில்லை. நான் பார்த்த அன்னியோன்யத்தில் கொஞ்சம் குறும்பும் குழந்தைத்தனமும்தான் இருந்ததே தவிர சுலேகா மாதிரி குழந்தைத்தனமாக எல்லோருடனும் தொட்டுத் தொட்டுப் பேசும் நடிகைகளை நான் பார்த்திருந்ததால் இந்த விகற்பம் என்னால் கற்பிக்கவே முடியவில்லை. எனக்குக் குழப்ப மாக இருந்தது. விஜிஆரா?

அவர்கள் இரண்டு பேரும் பேசிக்கொண்ட எல்லா சம்பாஷணை களையும் முயன்று ஞாபகத்தில் கொண்டுவந்தேன்.

‘எனிக்கு ஈ கேமரா பர்த்டேக்கு கொடுத்தது அவுட்டோரில்!’

‘அந்தப் பொண்ணு என்னைக் கலக்கிருச்சு மச்சி! நானும் எத்தனையோ பார்த்துப்புட்டேன். இது தினுசே வேற. கல்யாணம் கட்டிக்கிட்டு - அது என்ன ஊரு - கொல்லம் பக்கத்தில் ஏதோ சொல்லுவியே அங்கு குழந்தை பெத்துக்கணும். அதானே வேணும் உனக்கு. முதல்ல நடி. அப்பறம் கல்யாணம்.’ அன்று வீடு செல்லும்போது அவள் அழுதது, பாலன் சுலேகா விஜிஆர் மூவரும் பேசிக்கொண்டிருக்க, ‘நீ ரொம்ப பிடிவாதம் பிடிக்கிறாய். அவர்கிட்ட அப்படிக் கேட்டது தப்பு’ என்று பாலன் மலையாளத்தில் சொன்னது, காரில் கண்ணீர்!

‘என்ன யோசிக்கிறிங்க, கன்னியப்பன்.’

‘இப்ப யோசிச்சுப் பார்த்தா விஜிஆருக்கும் அவளுக்கும் ஒரு பிரத்தியேக உடன்பாடு, உறவு இருந்திருக்கு. அதைச் சுலபமா எங்களால் எல்லாம் கண்டுபிடிக்க முடியலை.’

'மிஸ்டர் கரிகாலன்! சோழ ராஜாவும் பாண்டிய ராஜாவும் அந்தக் காலத்தில் நிறைய சண்டை போட்டாங்களாம். நீங்களும் ராஜா இல்லை. நானும் இல்லை. உங்க உதவி எனக்குத் தேவையா யிருக்கு. போலீஸ் உங்களை உபயோகப்படுத்தப் போறதா வெச்சுக்கங்களேன்!'

'என்ன சார் செய்யணும், சொல்லுங்க.'

விஜி ஆருக்கு டெலிபோன் பண்ணணும் நீங்க!

'என்ன சொல்லணும்' என்றேன் கொஞ்சம் வியப்புடன்.

'இந்த மாதிரி எங்கிட்ட சில போட்டோக்கள்ளாம் கிடைச்சிருக்குது. மைசூர்ல எடுத்த போட்டோ, அதைப்பத்தி உங்ககிட்ட பேச விரும்பறேன்னு சொல்லிடுங்க.'

'எப்ப பண்ணணும் போனு?'

'இப்பவே! வாங்க ஸ்டேஷனுக்கு.'

14

எனக்கு இப்போது ரொம்பத் துடிப்பு ஏற்பட்டு விட்டது. நரம்பெல்லாம் முறுக்கிக்கொண்டு விட்டது போல் உணர்ந்தேன். உண்மை சாடை காட்டுகிறது. அதை வெளிக்கொணருவதில் எனக்கு லேசாக ஒரு பங்கு கிடைத்துவிட்டது. பாண்டியன் தான் டயல் செய்தார். அதை அடிக்க வைத்து என்னிடம் கொடுத்தார்.

'ஹலோ விஜிஆர் கிரியேஷன்ஸ்.'

'விஜிஆர் கூடப் பேசணுங்க.'

'அவர் இல்லைங்களே. நீங்க யார் பேசறது?'

'கரிகாலன்ங்க. கதை வசனம் எழுதறவரு.'

'சரி... கொஞ்சம் இருங்க.' மறுமுனையில் டெலிபோன் பொத்தப்பட்டு கொஞ்ச நேரம் கழித்து 'அலோ' என்றது. விஜிஆர்தான்.

'அய்யா, நான் கரிகாலன் பேசறேன்.'

'எங்கருந்து பேசறே' என்று அதட்டலாகக் குரல் வந்தது. சற்று உடைந்தது போல, சற்று சோகம் போலவும் தோன்றியது.

'அய்யா, நான் இங்க ஒரு ஓட்டல்லருந்து பேசறேன். ஒரு முக்கியமான விஷயம்.'

'உன்னை போலீஸ் அரஸ்ட் பண்ணியிருக்கிறதா சொன்னாங்க.'

'அரெஸ்ட்டா? போலீஸா?' என்று பாண்டியனைப் பார்த்தேன். அவர் சட்டென்று காகிதத்தில் சரசரவென்று எழுத அதை மெல்லப் படித்தேன்.

'இல்லைங்க. என்னை டெம்பரவரியா விட்டிருக்காங்க. அய்யா, பெரிய சிக்கல்.'

'சரி, ஆபத்து எதும் இல்லையே.'

'அய்யா! அய்யா! இதை நீங்க கேட்டே ஆகணும். எங்கிட்ட சில போட்டோக்கள் இருக்குது.'

'என்னது?'

'போட்டோங்க, போட்டோ. மைசூர்ல எடுத்த சில போட்டோக் களை சுலேகா அம்மா எங்கிட்ட டெவலப் பண்ணக் கொடுத்தது. அதை போலீஸ் கிட்ட காட்டலாமான்னு தீர்மானமில்லாம தவிச்சிக்கிட்டு இருக்கங்க!'

'கரிகாலா! நான் உன்னை உடனே பார்க்கணும், வீட்டுக்கு வந்துரு! வேற எதுவும் செய்யாதே!'

'வீட்டுக்குங்களா...'

பாண்டியன் வேகமாகத் தலையாட்டினார். எழுதிக் கொடுத்தார். 'நான் உங்க வீட்டுக்கு வர்றதை எங்கயாவது போலீஸ் கண்காணிச்சாங்கன்னா? எனக்கு அந்த போட்டோக்களைப் பார்த்து ஒண்ணும் புரியவே இல்லைங்க.'

'அப்ப ஒண்ணு செய்யி. ஆறு ஆறரை மணிக்கு இருட்டினதும் மெரினா பீச்சாண்டை தாத்தா செலை இருக்கு பாரு, அங்க வா. என் கார் தெரியுமில்லை, முப்பத்தாறு முப்பத்தாறு. அதைப் பாத்ததும் அதில ஏறிக்க, என்ன வரியா?'

'அய்யா, நிச்சயம் வரேன்யா.'

'அதையும் கொண்டுட்டு வந்துரு.'

'சரிய்யா, வச்சுரட்டுங்களா?'

88

வைத்ததும் பாண்டியனைப் பார்த்து, 'சார், நீங்க பெரிய ஆளு' என்றேன்.

'என்ன சொன்னாரு.'

'மெரினாகிட்ட இடம் சொல்லி கார்ல வரதா சொன்னாரு. கார்ல ஏறிக்கன்னாரு. போட்டோ எடுத்துட்டு வரச் சொன்னாரு.'

'அவர் கார் ஓட்டுவாரா?'

'தெரியும். பார்த்திருக்கேன்.'

'அவர்கூட கார்ல தனியா போகாதே. உள்ள ஏறாதே. பீச்சில மணல்ல பேசிக்கலாம்னு சொல்லிரு. இல்ல, எங்கயாவது ரெஸ்டாரண்ட் அழைச்சுட்டுப் போகச் சொல்லு.'

'ஏன் சார்?'

'சொல்றதைக் கேளு.'

'போட்டோ?'

'எடுத்துட்டுப் போ. பரவாயில்லை. நெகட்டிவ்வை நான் வெச்சுக்கறேன்!'

'என்ன கேக்கணும்.'

'ஒண்ணும் கேக்க வேண்டாம். இந்த மாதிரி எம்மேல அபாண்டமா போலீஸ் பழி சுமத்தறாங்க. சரியான சாட்சியம் இல்லாததால் விட்டிருக்காங்க. இதுக்கு என்ன சொல்றீங்க? என்னால இதை அவங்க கிட்ட காட்டாம இருக்க முடியாதுன்னு சொல்லிரு.'

'சரி.'

'அவர் என்ன சொல்றாருன்னு உன்னிப்பா கவனி. ஒரு டேப் ரெகார்டர் கொடுக்கட்டுமா, சின்னதா?'

'வேண்டாங்க. அதெல்லாம் தோதுபடாது. சொன்னதை ஞாபகம் வச்சுட்டு எழுதிக் காட்டிர்றேன்.'

'சரி.'

'இதை நீங்களே போய் விசாரிக்கக் கூடாதா?'

'விசாரிக்கத்தான் போறேன். அதுக்கு இன்னும் வேளை வரலை. நீங்க முதல்ல போய்ப் பாருங்க. பயப்படாதிங்க. வட்டாரத்தில் நாங்க இருப்போம்.'

'இல்லைங்க. இப்ப பயம் போயிருச்சு.'

'தனியா அவர் கூடப் போகாதிங்க. என்ன?'

'சரிங்க.'

15

சீவக சிந்தாமணியில் ஒரு பாடலுக்காக ஆதினம் ஆதினமாக அலைந்த தமிழ்த் தாத்தாவின் முன் சாலையோரத்தில் நின்றுகொண்டேன். ஜனத்திரள் உற்சாகமாக இயங்கிக் கொண்டிருக்க கருநீலக் கடற்பரப்பில் சின்னச் சின்ன ஒளிக் கும்பல்களாகக் கப்பல்கள் காத்திருந்தன. சுலேகாவின் மரணத்தைப் பற்றி யாரும் கவனமில்லாமல் கார்களிலும் ஸ்கூட்டர்களிலும் சென்றுகொண்டிருந்தார்கள். வண்டியிலிருந்து கண்ட கண்ட தின்பண்டங்களை வாங்கி மென்றுகொண்டிருந்தார்கள். வானத்தில் சில கடைசி பலூன்கள் விடுதலை பெற்றன. அவசரப்பட்டுவிட்ட ஒரு நட்சத்திரம் கொஞ்ச நேரத்துக்குத் தனிக்காட்டு ராஜா போல ஒளிர்ந்தது. நான் முப்பத்தாறு முப்பதாறுக்காகக் காத்திருந்தேன்.

முதலில் அது வந்து நின்றதை, என் பின்னால் கச்சிதமாக இனிமையாக ஹாரன் அடித்ததை, கவனிக்கவில்லை. 'யோவ் கரிகாலன்!' என்ற சப்தம் கேட்டுத் திரும்பினதில் விஜிஆர் கார். அவரே ஓட்டி வந்தார். நான் சன்னல் வழியாக எட்டிப் பார்க்க 'ஏறு' என்றார்.

நான் தயக்கத்துடன், 'அய்யா, வாங்க பீச்சுக்குப் போகலாம்.'

'சே... அங்கெல்லாம் நான் வரமாட்டேன்.'

‘அப்ப எங்கயாவது ரெஸ்டாரண்டுக்குப் போகலாம்.’

‘சரி. ஏறு.’

‘இங்கேயே பக்கத்திலேயே எங்காவது இருந்தா நடந்து போய் கிட்டே...’

‘த பாரு, உன்னை ஒண்ணும் செய்ய மாட்டேன். ஏறு! ரோதனை! எங்கேயும் போகலை. இங்கேயே பேசலாம். நான் தயங்கினேன். ஏதோ ஒரு உந்துதலில் அவர் திறந்து வைத்திருந்த முன் சீட்டில் ஏறிக்கொண்டேன். பாண்டியனின் முதல் எச்சரிக்கையை மீறி யாகிவிட்டது. விஜிஆர் அப்படி ஒன்றும் பயம் தரக்கூடியவராக இல்லை.

காரில் சகல வசதிகளும் இருந்தன. பியட் கார் என்றாலும் உள்ளே ஏஸி செய்யப்பட்டு ஏதோ ஒரு பட்டனை அவர் தட்ட கதவுகள் தானாகவே ஏறிக்கொண்டன. பயனீர் காஸட் பிளேயர் இருந்தது. அதைத் தட்ட ராஜ்குமார் பாரதியின் கொள்ளுத்தாத்தாவின் பாடல்கள் மெலிதாக ஒலிக்க ‘என்ன விஷயம்? சொல்லு’ என்றார்.

‘இந்தப் பாட்டை நிறுத்திரலாங்களா?’

‘இருக்கட்டும். என்ன விஷயம்?’

‘அதான் சொன்னேனே போட்டோ...’

‘ஆமா. என்ன அது, பார்க்கலாம்.’

அந்தக் கவரைக் காண்பித்தேன். அவர் காரின் உள் விளக்கைப் போட்டுக்கொண்டு திறந்து பார்த்தார். சரக் சரக்கென்று இரண்டு மூன்று பார்த்தார். ‘மைசூரில் எடுத்தது! இது எப்படி உனக்குக் கிடைச்சுது? இது எங்க போச்சுன்னு தேடிக்கிட்டு இருந்தேன்.’

‘சொன்னனே, சுலேகா எங்கிட்ட டெவலப் பண்ணக் கொடுத்திருந்தாங்க.’

‘இதை என்ன செய்யப் போறே?’

‘நீங்கதான் சொல்லணும்.’

‘போலீஸ்கிட்ட காட்டப் போறியா? எங்க நெகட்டிவ் எல்லாம்?’

'ரூம்ல இருக்குதுங்க.'

'அப்படியா சேதி, கரிகாலா, உனக்குப் பணம் வேணுமா?'

'இல்லைய்யா, என்னை போலீஸ் சந்தேகப்பட்டுக்கிட்டு இருக்காங்க.'

'இதைக் காட்டறதாலே அந்தச் சந்தேகம் எம் மேல விழும்! அதானே?'

'அது எப்படியோ எனக்குச் சொல்லத் தெரியலைங்க, நீங்கதான் சொல்லணுங்க.'

அவர் திரும்பி என்னை நேராகப் பார்த்தார். 'என்னைப் பாரு' என்றார்.

'அய்யா?'

'என் தங்கத்தை, என் செல்லத்தைக் கொலை செய்வேனா?' என்று சட்டென்று முகத்தைப் பொத்திக்கொண்டு விசும்பி விசும்பி அழ ஆரம்பித்தார். எனக்கு ரொம்பவும் சங்கடமாக இருந்தது. அவரை எத்தனையோ வடிவத்தில் பார்த்திருக்கிறேன். வாய்விட்டு அழக்கூடியவர் என்று தோன்றினதே இல்லை. இது புதுசாக இருந்தது. பல்லை இடுக்கிக்கொண்டு கஷ்டப்பட்டு அழுகையை அடக்கப் பிரயத்தனித்தும் அவ்வப்போது பெருகினார்.

'என்னஙகய்யா, என்ன ஆச்சு!'

'யாரும் கொலை செய்யலை. தற்கொலைதான் அது.'

'போலீஸ் கொலைன்னுதான் தீர்மானமாகச் சொல்றாங்க.'

'போலீஸ¬ என்ன வேணா சொல்லுவாங்க. எனக்குத் தெரியும். இத பாரு, நான் ரொம்ப நொந்துபோயிருக்கேன். கரிகாலா, அந்தப் பொண்ணு தற்கொலை செஞ்சுக்கிட்டதுக்கு காரணம் நான்தான். பார்த்தல்ல போட்டோ? மைசூர்ல எடுத்தது. என் வாழ்க்கையிலேயே இன்பமான நாளு! சின்ன வயசிலேயே எனக்குக் கல்யாணம் ஆயிருச்சு. ஸ்டுடியோவில கேமரா அஸிஸ்டண்டா இருந்தேன். கோயமுத்தூருக்குக் கூட்டிக்கிட்டுப் போயி கல்யாணம் பண்ணி அனுப்பிச்சுட்டாங்க. நாங்க ஒரு மாதிரி நாயுடு ஜாதி. கல்யாணம் ஆறவரைக்கும் பொண்ணைக்

காட்டவே மாட்டாங்க. திரை போட்டு மறைச்சு வெச்சிருப் பாங்க. நான் அவளைக் கல்யாணத்துக்கு முந்தி பார்க்கவே இல்லை. இஷ்டமே இல்லாத கல்யாணம். தலையெழுத்து... வந்தேன். பொண்டாட்டி அதிர்ஷ்டம்னு சொன்னாங்க. நல்லா பணம் பண்ணிட்டு ஒரு பொண்ண முழுக்க அறிஞ்சிக்கிட்டு, காதல் பண்ணி, கல்யாணம் செய்துக்கலாம்னு இருந்த ஆசையைக் கலைச்சாச்சு. அவளைக் குத்தம் சொல்ல முடியாது. அவளும் என்னைப் போலப் பையனைப் பார்க்காம கல்யாணம் செஞ்சவ தானே! சிகரெட் பிடிக்கிறியா?'

'அய்யா, வேண்டாங்க. பழக்கம் இல்லைங்க.'

'எனக்கு ஏதும் பழக்கம் இல்லாமத்தான் இருந்தது. சினிமால தீவிரமானப்புறம் சிகரெட், குடி எல்லாம் சேர்ந்துக்கிட்டது. ஆனா பொம்பளை சமாசாரம் இல்லை. அங்க இங்க தமாஷ் பண்ணுவேன். ஆனா கெட்ட காரியம் கிடையாது. சினிமாவிலே தான் உனக்குத் தெரியுமே! சந்தர்ப்பங்கள் இருந்தும் வேண்டாத பொண்டாட்டிகிட்ட விசுவாசமாத்தான் இருந்தேன். குழந்தை கிடையாது. என்ன குறையோ? யார் குறையோ? கவலை யில்லை. முரளியை கூட வெச்சுக்கிட்டேன். நெளிவு சுளிவெல் லாம் கத்துக் கொடுத்து பிற்காலத்தில் அவனுக்கு வசதி பண்ணிக் கொடுத்துரலாம்னு. ஏதோ குருட்டு அதிர்ஷ்டம் அடிச்சு பணம் நிறைய வந்தது. என்னை அறியாமலேயே சேந்துது. இருந்தும் நிம்மதி இல்லை. அன்பு இல்லை. பொண்டாட்டியை நகை யாலேயே இழைச்சேன். அவ ஒரு மாதிரி. சில சமயம் பைத்தியம் மாதிரிப் பேசிரும்... எம்பேர்ல எப்பவும் சந்தேகம். இண்டஸ்ட்ரில இருக்கிற எல்லாருமே தேவடியா! எல்லாரும் தன் புருஷனைக் கொத்திக்கிட்டுப் போக வந்திருக்கிற விபசாரிங்கன்னு எண்ணம். தம்பேர்லயே நம்பிக்கை இல்லாம நகை, பணம், பொடவைன்னு அரிச்சுக்கிட்டு இருந்தா. எங்க போன, ஏன் லேட்டு, யார் கூடப் படுத்தே? இது மூணுதான் கேள்வி. அவ கேக்கக் கேக்க எனக்கு எரிச்சல் ஜாஸ்தியாப் போயி அடிக்கக்கூட அடிச்சிருக்கேன். ஆனா பொம்பளை பக்கம் போகல. எல்லாம் ஒரே மாரு, ஒரே குழிதானேன்னு வெறுப்பு. வேண்டுமட்டும் பாத்திருக்கலாம். பார்க்கலை. அப்பத்தான் இந்த கிரிஜா, அதான் சுலேகாவை சந்திச்சேன். பார்த்ததுமே அதும் சிரிப்பு, பழகின விதம் அதனுடைய அறியாமை என்னை என்னவோ செஞ்சிருச்சு. சின்ன வயசிலே நான் எங்க பாளையத்தில பெஞ்சு துடைச்சிக்கிட்டு

இருக்கறப்ப எதிர்த்தாப்பல கவுண்டர் வீட்டுல ஒரு பொண்ணு இருக்கும். அதைப் பார்த்து நான் எத்தனை நாள் உருகிப் போயிருக்கேன்னு சொல்ல முடியாது. பணக்காரக் குடும்பம் அந்தப் பொண்ணு. கல்யாணம் ஆயி வடக்கே போயி அமெரிக்கா போயிருச்சி. நான் அந்த முகத்தை மறக்கவே இல்லை. அந்த முகத்தை மறுபடி இந்தச் சுலேகாகிட்டே பார்த்தேன். விழுந்துட்டேன். எங்கூட நல்லாப் பழகிச்சு. அதை வெச்சு ஒரு படம் எடுக்கிறதா ஏற்பாடானாலும், அதுக்கப்புறம் அதைக் கல்யாணம் செய்துக்கறதா சத்தியம் செஞ்சுகொடுத்து மைசூர்ல நல்லா என்ஜாய் பண்ணிட்டேன். அப்ப ஒரு கேமரா பரிசு கொடுத்தேன். அதில எடுத்த படந்தான். வெச்சுக்க, அப்புறம் கழுவிக்கலாம்னு கொடுத்திருந்தேன். அது என் பேச்சை மீறும்னு எதிர்பார்க்கலை! ஆனா கல்யாணம் செய்யறதாத்தான் இருந்தேன்.'

'விஷயம் உங்க மனைவிக்கு...'

'சொல்லிட்டேன். முரளியைக் கூப்பிட்டேன். முரளி ரொம்ப உஷாரான ஆசாமி. 'பாருப்பா, நீதான் உங்க அக்காவுக்குச் சொல்லணும். நான் தீர்மானம் பண்ணிட்டேன். எனக்கும் வயசாயி கிட்டு வருது. நான் இத்தனை சம்பாதிச்சதுக்கு கொஞ்சமாவது சந்தோஷம் பார்க்கணும். அதை இந்தப் பொண்ணு எனக்குக் கொடுக்கப் போவுது. உங்கக்கா கிட்ட சமாதானமாச் சொல்ல வேண்டியது உன் பொறுப்பு. எல்லா விதத்திலும் உங்களுக்கு உண்டான சௌகரியங்களை நான் குறைக்கப் போறதில்லை. அதே விஜிஆர்தான் நான். ஆனா இந்தப் பொண்ணை ரெண்டாம் கல்யாணம் பண்ணிக்கப் போறேன். வாக்குக் கொடுத்தாச்சு. ஏதாவது மறுப்பு தெரிவிச்சீங்க, வூட்டை வுட்டு நான் துரத்திரு வேன்'னு பளிச்சுன்னு சொல்லிட்டேன். முரளி போய் இதை அவங்கக்கா கிட்ட சாமர்த்தியமாச் சொல்லியிருக்கான். முரளி ரொம்ப கெட்டிக்காரன். எப்ப கொஞ்ச தூரம் போகலாம். எப்ப ஆரம்பத்திலேயே விட்டுரலாம். சாலக்கு தெரியும் அவனுக்கு. அவன் எப்படியோ அக்காளுக்குச் சொல்லிப் போட்டான். அவ வந்து, 'என்கிட்ட முரளி எல்லாத்தையும் சொன்னான். எனக்கும் சம்மதம்தான். எனக்கு வேற வக்கில்லை. என்னைத் தள்ளி வெச்சிராதிங்க. ஆனா எனக்கு ஒரே ஒரு வருத்தம்தான். இந்த விசயத்தை நீங்களே எங்கிட்ட சொல்லியிருக்கலாம். ஒப்புத்துக் கிட்டு இருப்பேன்'னா. சுலுவா எப்படியோ விவகாரம் முடிஞ்சு போச்சுன்னுதான் தோணிச்சு. ஆனா ஒண்ணைத் தப்புக் கணக்கு

போட்டுட்டேன். சுலேகாவோட மனசு! கல்யாணம் கல்யாணம்னு பறந்துகிட்டே இருந்தது. படம் முடிஞ்ச உடனே வெச்சுக்கலாம்னு சொன்னேன். கமுக்கமா முடிச்சுரலாம்னு சொன்னேன்.'

'அவங்களை என்ன பண்ணப்போறீங்க'ன்னு கேட்டுது.

'அவங்களைச் சமாதானம் பண்ணியாச்சுன்னு' சொன்னேன்.

'அவங்களே என்கிட்ட சொல்லணும். அப்பத்தான் எனக்கு மன நிம்மதியாகும்'னு சொல்லிச்சு.

'அதுக்கென்ன, ஏற்பாடு பண்ணிரலாம்னு சொல்லி ஒத்திபோட்டுக் கிட்டே வந்துட்டேன். எனக்குக் கொஞ்சம் தயக்கமாத்தான் இருந்தது. எம் மூத்த பொண்டாட்டி ஒண்ணு கிடக்க ஒண்ணு சொல்லிருச்சுன்னா. அவங்க ரெண்டு பேரையும் சந்திக்கவே விடலை. இது அந்தப் பொண்ணு மனசை உறுத்திக்கிட்டே இருந்திக்கணும். அதும் மனசு பூப்போல ஒண்ணுமே அறியாது! இருக்கிறத எல்லாமே பெரிசு பண்ணிக்கும். அவங்க வேண்டாங்க றாங்க. அதனாலதான் நீங்க ஒத்திப் போட்டுக்கிட்டே போறீங் கன்னு ஒரு முறை சண்டைக்குக்கூட வந்திருச்சு. வேற ஏதோ படப் பிடிப்பில. டென்ஷனாயிப் போயி சுலேகாவைச் சத்தம் போட்டுட் டேன். அதுக்கப்புறம் பம்பாய்க்கு போயிட்டனா, பார்க்க முடி யலை. இதெல்லாம் அதும் மனசிலே என்ன உறுத்து உறுத்திச்சோ? முதநாத்தான்யா பம்பாய்லருந்து வரேன். அன்னிக்கு டயர்டா இருந்திச்சு. பார்க்க முடியலை. ஞாயிற்றுக்கிழமை ஷூட்டிங் இல்லை. ரெண்டு பேரும் சந்திக்க ஏற்பாடு செய்துரலாம்னு இருந்தேன். ப்ரொஜக்ஷன்ல சேட்டுகிட்ட மாட்டிக்கிட்டேன். சாயங்காலம் மூணு மூணரை மணி இருக்கும். முரளி வந்து சொல்றான். 'மாமா விபரீதம் நடந்துபோச்சு!' போய்ப் பார்த்தேன்!'

சற்றுநேரம் தயங்கினார். குரல் கம்மிப்போய், 'என்கண்ணு இல்லை அது! வேற யாரோ, முகமெல்லாம் வீங்கிப் போயி! இல்லை, அது வேற யாரோ! சுலேகா உசிரோட இருக்கா. அந்த மாதிரி அழகுக்கு அழிவில்லை. பைத்தியக்காரன் நான்! ஒரு பெண்ணோட மனசு சரியாப் புரியாம, சின்ன விஷயங்க ளெல்லாம் அதுக்கு முக்கியம்னு தெரியாம... போயிருச்சி!'

விஜிஆர் காரின் ஸ்டியரிங் நனையும்படி அழுதார். எனக்குப் பரிதாபமாக இருந்தது.

கண்ணைத் துடைத்துக்கொண்டு, 'போலீஸ்காரங்க என்ன வேணாச் சொல்லுவாங்க. கண்டுக்காதே. அந்த மாதிரி புஷ்பத்தை யார் கொலை செய்வாங்க? யாரு! தற்கொலைதான் அது. அதான் நீ போன் பண்ணப்ப போலீசுல பெயில் கியில் கேட்டாக்கூட கொடுக்கத் தயாரா இருந்தேன். உன்னைப் போயி சந்தேகப்பட்டது ரொம்ப முட்டாள்தனம். நீ சொல்லிக் கொடுத்த தமிழ்ல கட்டாயமா அது திக்கித் திக்கிப் பேசும் பாரு, அதுக்கே என்னுடைய எல்லா சொத்தையும் எழுதிக் கொடுக்கலாம். நீ ஏதோ சொன்னியாமே தங்க மீனு, அதைச் சொல்லிக்கிட்டே இருக்கும். தங்க மீனைக் கேரளத்தில் தண்ணில கொண்டு விடறேன்னு. அதுக்கு ரெண்டே ரூம் வெச்சு ஒரு வீடு போதுமாம். தினம் தேங்கா எண்ணெய் தேச்சுக் குளிச்சுட்டு அம்பலமோ ஏதோ சொல்லும் அங்க போகணுமாம். எட்டுப் பிள்ளை பெத்துக்கணுமாம். அத்தனையும் ஆண் பிள்ளை தானாம்! போஸ்ட்மார்ட்டத்தில் கண்டுபிடிச்சாங்களாமா, அது ப்ரெக்னண்டா?'

'தெரியாதய்யா!'

'இருந்தா எம்பிள்ளை!'

'போஸ்ட் மார்ட்டத்தின்படி தற்கொலை இல்லங்கறாரு இன்ஸ் பெக்டர்.'

'தப்பு! தப்பு! அதை யாரும் கொலை செய்யலை. நான்தான் அதன் தற்கொலைக்குக் காரணம்! அந்த போட்டோக்களை நீ காட்டு பரவாயில்லை. எனக்குக் காப்பி மட்டும் வேணும்! வெளிய தெரிஞ்சா பரவாயில்லை. என்னுடைய ஒரே ஒரு சந்தோஷ வாரம் மைசூர்! உன்னை எங்க ட்ராப் பண்ணணும்?'

16

பாண்டியன் ராத்திரி பத்து மணி வரை நான் சொன்னதைக் குறுக்கிடாமல் கேட்டுக்கொண்டிருந் தார்.

'போட்டோவை போலீஸ்கிட்ட கொடுக்கலாம்னு சொன்னாரா?'

'ஆமா சார். ஒரே செட்டு காப்பி கேட்டார். அவ்வளவு தான் சார், அது கொலை இல்லைன்னுதான் தோணுது.'

'கொலைதான். அதைப் பத்திச் சந்தேகமில்லை!'

'ஆனா விஜிஆர் செய்யலை!'

'சொல்ல முடியாது! மறுபடி ஆரம்பிச்ச இடத்தில வந்தாச்சு. முதல்ல உம்மேல லேசா சந்தேகம் வந்தது. இல்லை. அப்புறம் விஜிஆர்னு நினைச் சேன், அன்லக்கி. இதுக்கப்புறம் அந்த முரளி, ஏன் அந்த ஒய்ஃபு, ஏன் சேட்டன், ம்ஹூம் கட்டட வேலைக்காரர் சொல்றதை நம்பினா கொல்ல வந்தவன் சிகப்புச் சட்டை போட்டுக்கிட்டு வந்திருக்கான். உங்ககூட ஆக்ட் பண்ண அத்தனை பேரையும் கண்டுபிடிச்சு விசாரிக்கணும்.'

'அவங்களுக்கெல்லாம் என்ன காரணம் இருக்க முடியும்?'

'காரணம் இருக்கிறவர் நீங்க ஒருத்தர்தான். ஆளை வெச்சு செஞ்ச கொலையா இருந்தா அவங்கள்ல ஒருத்தன் அந்த மாதிரி அடியாளா இருக்கலாம்.'

'ஆளை வெச்சா? யாரு?'

'நான் இப்ப ஒருத்தரையும் சந்தேகப்படலை. நாலு பேருக்கு மோட்டிவ் இருக்கு.'

'நாலு பேரா?'

'விஜிஆர், அல்லது விஜிஆர் மனைவி, அல்லது மச்சான் முரளி, அல்லது சேட்டன்! விஜிஆர் உங்ககிட்ட கண்ல தண்ணி விட்டு அழுததும் மாய்மாலமா இருக்கலாம். விஜிஆருடைய மனைவிக்கு சக்களத்தியா வரப்போறான்னு ஆத்திரம் இருக்கலாம். முரளிக்கு மாமன் ரெண்டாம் கல்யாணம் பண்ணிக்கிட்டா அக்காளுக்கும் அவ மூலமா தனக்கும் வர சொத்து எல்லாம் போயிருமேன்னு வெறுப்பா இருக்கலாம். சேட்டன்ங்கிறவன் சேட்டன் இல்லைன்னு தெரியுது. காதலனா இருக்கலாம். அவ மேல ஆசைப்பட்டு அவளைக் கல்யாணம் செய்துக்கறதா இருந்திருக் கலாம். இன் அதர் வேர்ட்ஸ், மறுபடி ஆரம்பிச்ச இடத்துல வந்தாச்சு! ஹூம்!' என்று பெருமூச்சு விட்டார். 'இன்னும் எத்தனை வேலை இருக்குது. எத்தனை விசாரிப்புகள்! எத்தனை பேரைத் தேடிப் போகணும்!'

'நிச்சயமாகத் தெரிஞ்சது ஏதும் இல்லையா சார்?'

'ஒண்ணே ஒண்ணு! சுலேகா கொலை செய்யப்பட்டிருக்காங்கறது மட்டும்தான்.'

எனக்கு ஏதும் சொல்ல முடியவில்லை.

'இன்னொண்ணு, ஏறக்குறைய நிச்சயம். பத்து மணிக்கு ஒருத்தன் டிஸ்கோ சட்டை போட்டுக்கிட்டு வந்திருக்கான். அவன் யாரால ஏவப்பட்டவன்? அந்தப் பெண்ணுடைய கடந்த காலம் என்ன? அய்யோ! பிரம்மாண்டமா இருக்குது வேலை. காலைல ஸ்டூடியோவில உங்ககூட ஸ்க்ரீன் டெஸ்ட் எடுத்துக்கிட்டவங்க, கேமராக்காரங்க, ஏற்பாடு பண்ணவங்க, அத்தனை பேரையும் பார்த்தாகணும். விஜிஆரை, அவர் மனைவியை, முரளியை, பாலச்சந்திரனை! ஜீவா, பிளாஸ்க் நிறைய டீ எடுத்தாந்துரு. ஒரு

பாக்கெட் சிகரெட் வாங்கி வந்துரு. டிஸி போன் செய்தாரா? சினிமாக்காரங்க கேஸு. பரபரப்பா இருக்கும்! எல்லாரும் வந்துருவாங்க.'

சொல்லிக்கொண்டே இருக்கும்போது ஒரு சுவேகா நிருபர் சக்கரத்தைச் சற்று விடுபட்டுப் பூட்டிவிட்டு உள்ளே தாராளமாக நுழைந்து, 'என்ன? ஏதாவது சிக்கிச்சா?' என்று நோட்டுப் புத்தகத்தை விடுதலை செய்தார்.

'எங்கிட்ட எந்த ஸ்டேட்மெண்ட்டும் இல்லை.'

'கேஸ் முன்னேற்றம் அடைஞ்சுக்கிட்டு இருக்குன்னு போடலாங்களா!'

'சொல்லலாம்! என்னை கோட் பண்ணாதீங்க. பேர் போடாதீங்க. எங்க டிஸி வருவார். அவர் ஏதாவது ஸ்டேட்மெண்ட் கொடுத்தா எடுத்துக்குங்க. என்னை விட்டுடுங்க. தற்கொலை இல்லை. கொலைன்னு நான் சொன்னதா போட்டுட்டு அவர் என்னைக் காச்சிட்டார், எதுக்காக அவசரப்படறிங்கன்னு!'

'இது தற்கொலையா, கொலையா?'

'என்ன வேணா இருக்கலாம்.'

'என்ன பாண்டியன்! ரொம்ப டிப்ளமட்டிக் ஆயிட்டிங்க.'

'நிலைமை அப்படி.'

'சுலேகாவைப் பத்தி பயாகரபி எல்லாம் வெச்சிருக்கோம். தேவைங்களா?'

'பேப்பர்ல போடுவீங்களே... படிச்சுக்கறேன்! சார், எனக்குக் கொஞ்சம் வேலை இருக்கு.'

'இவருதானே கரிகாலன்!' என்று என்னைக் கண்ணாடி வழியாகப் பார்த்தார். நிருபர், 'அவரை அரஸ்ட் பண்ணியிருக்கீங்களா?'

'இல்லை.'

'அப்ப இவரு இல்லையா?'

'அதெல்லாம் இன்னும் தெளிவாகத் தெரியலை.'

'யாரையும் இன்னும் அரஸ்ட் பண்ணலை?'

'இல்லை.'

'நாளைக்குப் பண்ணிருவீங்க?'

'சொல்ல முடியாது.'

பத்திரிகைக்காரர் ஏமாற்றத்துடன், குற்றவாளியாக இல்லாததே என் தப்பு போல என்னைப் பார்த்துவிட்டு, 'காலைல வரவா? ஏதாவது பாஸிட்டிவா இருக்குமா?' என்றார்.

'வாங்க.'

'கரிகாலன், நீங்க ரூமுக்குப் போங்க. நாளைக்குச் சாயங்காலம் ஏழு மணி சுமாருக்கு வாங்க! நாம் ஒரு மாதிரி ஸ்டோரி டிஸ்கஷன் பண்ணலாம்.'

'நாளைக்கு கண்டுபிடிச்சுருவிங்களா?'

'நாளைக்கா? உங்க சினிமாவில வர மாதிரி திடீர்னு ஒரு தாடிச் சாமியார் வந்து, 'நான்தான் செய்தேன்'னு குற்றத்தை ஒப்புத்துக் கிட்டாத்தான்!'

17

ராத்திரி அறைக்குத் திரும்பி வந்தபோது குழாயில் தண்ணீர் வருகிறது என்று சொன்னார்கள். பக்கெட்டில் நிரப்பச் சென்றபோது அருணா பிரிண்டர்ஸ் விசாரித்தார். 'என்னங்க, உங்களை விட்டுட்டாங்களா?'

'என்னைப் பிடிச்சிருந்தாத்தானே விடறதுக்கு?'

'அப்ப உங்களை எதுக்காகப் போலீஸ் கூட்டிட்டுப் போனாங்க?'

'விட்னஸுக்கு.'

'சுலேகாவைக் கொன்னது, கூட இருந்த ஒரு ஆளுதான்னு சொல்றாங்க! அண்ணன்னு கதை பண்ணிக்கிட்டு இருந்தானாம்.'

அருணா பிரிண்டர்ஸ், ரோஸ் காகிதத்தில் யாரோ கல்யாணம் பண்ணிக்கொள்கிறதாக அச்சடித்துக் கொண்டிருக்க நான் கிணற்றடியில் குளிராக இருந்தாலும் உட்கார்ந்து குளித்தேன். சோப்பு தேய்க்கும் போது, உடலை நனைக்கும்போது, துடைக்கும் போது, உடுக்கும்போதெல்லாம் சுலேகாவின் குழப்ப கேஸ்தான். கொலை, தற்கொலை, சிவப்புச் சட்டைக்காரன், பத்து மணி, கட்டட வேலை, குருவி என்ற தொடர்பில்லாத எண்ணங்கள் மூளைக்குள்

சுற்றின. அவ்வப்போது பளிச்சென்று அந்த நீல முகம் தென்பட்டது. எதைப் பிடிப்பதற்காகக் கைகளை இறுக்கினாள்? விஜிஆர் சொன்னதைப் பாண்டியன் நம்புகிறாரா இல்லையா? என்னையே சந்தேகப் பட்டியலில் இருந்து இன்னும் நீக்கியிருப்பார் என்று தோன்றவில்லை. அவர் பழக்கமே அப்படித்தான் போலும். போலிக் கவர்ச்சியில்லாத, ஆனால் பொறுப்பான ஒழுங்கான அணுகுமுறை! நாளைக்கு ஸ்டூடியோவுக்குப் போய் என்னுடன் ஸ்க்ரீன் டெஸ்ட்டுக்கு வந்த அத்தனை பேரையும் விசாரித்து அணு அணுவாக முன்னேறி... யார்?

ராத்திரி அச்சாபீஸ் சத்தம் தொடர்ந்து கேட்டுக்கொண்டிருக்க, என் எதிர்காலத்தை யோசித்தேன். யூனிட்டில் என் வேலை தொடருமா? இப்போது நிச்சயம் தடைப்பட்டுத்தான் இருக்கும். இன்னும் எத்தனை நாட்களுக்குப்பின் அவர்கள் பழைய நிலைக்கு வருவார்கள்? சுலேகாவின் மரணத்தை எவ்வளவு விரைவில் மறக்கப் போகிறார்கள். மறந்துவிடுவார்கள். இன்றோ நாளையோ என்றாவது மறந்துதான் ஆகவேண்டும். மறந்து போய் மறுபடி ஒரு சந்தர்ப்பம் வந்து விஜிஆருக்குக் கதை சொல்ல என் தங்க முடிச்சை அவிழ்க்க வேண்டும். கதாநாயகன் எஸ்.எஸ்.எல்.சி படிச்சுட்டு வேலைக்கு அலையறான். நல்ல சுபாவம்... இல்லை பி.ஏ முதல் வருடத்தோட நிறுத்திட்டு சென்னைக்கு நம்பிக்கைகளைத் துரத்திக்கிட்டு வரான்... அந்தத் தங்க முடிச்சு என் கனவுகளில் கலந்து என் கதையாகவே மாறி அதில் சுலேகா ஒரு புறம் நிற்க, சேட்டன், விஜிஆர், விஜிஆரின் மனைவி, முரளி எல்லோரும் எதிரே அவளை நோக்கிக் குறிவைத்து ஒரே சமயத்தில் சுட....

விழுந்தவள தரையிலிடப்பட்ட மீன் போலத்தான் துடித்தாள். அவளைப் பார்க்க வாசலிலிருந்து தூரத்தில் கேரளத்தில் கொல்லம் வரை ஜனங்கள் காத்திருக்கிறார்கள். எல்லாரும் அதே தக்காளி வர்ண டிஸ்கோ சட்டை போட்டிருக்கிறார்கள். அருகே வாலாட்டிக்கொண்டிருந்த நாய்கூட அதே மாதிரி சின்னதாகச் சட்டை போட்டிருந்தது. பாண்டியன் மட்டும்தான் அவளருகில் போய், 'இது கொலை இல்லை. தற்கொலை' என்றார். சைக்கிள் பால் மணி ஒலிக்க எழுந்துவிட்டேன்.

பத்து மணிக்கு டப்பிங் ஸ்டூடியோ போயிருந்தபோது கூர்க்கா மட்டும் இருந்தான். 'ஒண்ணும் கிடையாது. எல்லாம் விஜிஆர் கான்ஸல் செய்துவிட்டார்' என்றான். பஸ் பிடித்து பவர்

அவுஸில் இறங்கி டென்னிஸ் கோர்ட்டு மார்க்கமாக விஜிஆர் வீட்டுக்குப் போனேன். இரண்டு போலீஸ் ஜீப்புக்கள். ஒரு போலீஸ்காரர் வாசலில் ரேடியோவுடன் நின்று கொண்டிருந் தார். நான் உள்ளே போகத் தலைப்பட்டபோது கான்ஸ்டபிள் தடுத்து நிறுத்தினார்.

'பாண்டியன் இருக்காருங்க. டிஸி வந்திருக்காருங்க.'

'நான் உள்ளே போகலாமா?'

'நீங்க யாரு?'

'கரிகாலன், இந்தக் கேஸோட சம்பந்தப்பட்டவன்தாங்க. பாண்டியன் என்னை வரச் சொல்லியிருக்காரு.'

'போய்ப் பாருங்க.'

வராந்தாவில் அந்த ஊஞ்சலின் அருகில் நான்கைந்து கான்ஸ்டபிள் கள் நின்றுகொண்டிருக்க, திறந்திருந்த கதவருகில் பெரிய அதிகாரி போன் செய்ய, பக்கத்தில் பாண்டியன் மௌனமாக நின்று கொண்டிருந்தவர், நான் வணக்கம் தெரிவித்ததை மௌனமாக வாங்கிக்கொண்டார். எதிரே சற்றே தீவிரமான முகத்துடன் விஜிஆர், அவர் மனைவி, முரளி மூவரும் இருந்தார்கள். நான் அருகே செல்ல, டிஸி அவர்தான் போலும், போன் முடிந்து வந்தவர், 'சார் நீங்கள் ப்ரொஜெக்ஷன்லதான இருந்திங்க?'

'ஆமாம். என்ன லாலுய்யா அவன்?'

'ஸோஹன் லால்.'

'அவன்கூட பிஸினஸ் பேசிக்கிட்டு இருந்தேன். அவனுக்கு இந்திப் படத்தைப் போட்டுக் காட்டிக்கிட்டு.'

'முரளி நீங்க?'

'நானும் மாமாகூடத்தான் இருந்தேன். நான்தானே ப்ரொஜெக் ஷனையே ஏற்பாடு செய்தது.'

'அம்மா, நீங்க?'

எனக்கு அவள் முகத்தைப் பார்க்கப் பதற்றமாக இருந்தது. 'இஹி' என்று சிரித்தாள்.

'சிரிக்காதேம்மா. அவங்க கேள்விக்கு பதில் சொல்லு என்றார் விஜிஆர்.

'என்ன கேக்கறாங்க?'

'ஞாயிற்றுக் கிழமை பத்து மணிக்கு நீங்க எங்க இருந்தீங்க?'

மறுபடி இஹி என்று சிரித்து - சிரிப்பா, இல்லை ஏதோ ஒரு நரம்புத்தனமான கோளாறு போலத்தான் பட்டது. 'எனக்கு திங்கள் கிழமை, செவ்வாய்க் கிழமை, ஞாயிற்றுக் கிழமை எல்லாமே ஒண்ணுதான். இதே வீடு, இதே கண்ணாடி ஊஞ்சல். பத்து மணிக்கு எங்க இருந்திருப்பேன்? பூசை ரூம்ல, இல்லை சமையல் அறைல, இல்லை தோட்டத்தில, இல்லை மாடில வீடியோ பார்த்திட்டு. காம்பவுண்டைத் தாண்டி மூணுமாசம் ஆச்சு. அதும் இவர் வேற அந்தத் தேவடியாளைக் கட்டிக் கிட்டதா சேதி சொல்லிட்டப்புறம் கொஞ்ச நஞ்சம் வெளியே போறதும் போயிருச்சு!'

டிஸியும் பாண்டியனும் ஒருவரை ஒருவர் பார்த்துகொண்டனர். 'அப்ப வீட்லதான் இருந்தீங்கன்னு சொல்றீங்க.'

'முரளி, உங்களை அன்னைக்கு ப்ரொஜெக்ஷன்ல பாத்தவங்க யாராவது கராபரெட் பண்ணுவாங்களா?'

'நிச்சயம் சார்.'

'விஜிஆருக்கும்?'

'ரெண்டு பேரும் ஒண்ணாத்தானே இருந்தோம்.'

'ப்ரொஜெக்ஷன் போது இருட்டா இருக்குமில்லை?'

'நீங்க என்ன சொல்றீங்க?'

'சும்மா ஸ்டேட்மெண்ட் வாங்கிக்கறேன், அவ்வளவுதான்.'

விஜிஆர், 'இத பாருங்க. நீங்க என்னையே சந்தேகப்படற மாதிரி இருக்குது. தற்கொலையைப் போயி கொலைன்னு தப்பா எடுத்துக்கிட்டு ஏன் எங்க உசிரை வாங்கறீங்க! மிஸ்டர் திவாகர், டெபுட்டி கமிஷனரே வந்திருக்கிங்க! உங்களுக்காவது தெரிஞ் சிருக்கும். இந்த மாதிரி எல்லாம் வீட்டுக்குள்ள நுழைஞ்சு

கன்னாபின்னான்னு கேள்வி கேக்கறதுக்கெல்லாம் போலீஸுக்கு உரிமை இருக்குதா சார்?'

டிஸி பொறுமையாக, 'யாரு உங்க மேலே குற்றம் சொன்னாங்க? உங்ககிட்ட சில தகவல்கள்தான் கேக்கறோம்?'

'அதுக்கு உங்களுக்கு உரிமை இருக்கா?'

'இருக்குங்க. உங்களை ஸ்டேஷனுக்குக் கூப்பிட்டு விசாரிக்கற துக்கே உரிமை இருக்கு. உங்க ஒய்ஃபை போலீஸ் ஸ்டேஷனுக்குக் கூப்பிடறதுக்கு எங்களுக்கு உரிமை கிடையாது. அதான் நாங்களே வந்திருக்கோம். நீங்க இந்த கேஸை எங்க கோணத்தில இருந்து பாருங்க. அந்தப் பொண்ணு கொலை செய்யப்பட்டிருக் காங்கறதில சந்தேகமே இல்லை. கொலை செஞ்ச ஆளைக் கண்டுபிடிச்சு அரஸ்ட் பண்ணணும். அதான் எங்க கடமை. அதுக்கு முன்னாடி ஏராளமான எவிடென்ஸை கலெக்ட் பண்ணணும். இதில் அதிகம் தாமதமானா குற்றவாளி தப்பி ஊரை விட்டு, மாநிலத்தை விட்டு ஓடிப் போகக்கூட சான்ஸ் இருக்கு. அவசரப்பட்டு அரஸ்ட்டும் பண்ணக்கூடாது. எங்க நிலையை யோசிச்சுப் பாருங்க! எங்ககூட ஒத்துழைக்கிறதா இருந்தா சரி. இல்லைன்னா செக்‌ஷன் நூத்தறுவதை வெச்சுக்கிட்டு உங்களை ஸ்டேஷனுக்கு வரவழைக்கணும்னாலும் சரி! எப்படி சௌகரியம்?' என்றவர் சற்றே கோபப்பட்டிருந்தது தெரிந்தது.

விஜிஆர் நெற்றியைச் சுருக்கிக்கொண்டு யோசித்தார். 'சார்! கேக்கவேண்டியதை எல்லாம் கேட்டுட்டுப் போங்க. மறுபடி தொந்தரவில்லாம இருந்தா சரி.'

'பாண்டியன்!'

பாண்டியன் காத்திருந்தவரைப் போல் கேள்விகளைத் தொடங் கினார்.

'ப்ரொஜெக்‌ஷன் ரூம்ல இருந்தீங்கங்கறதுக்குச் சாட்சி சொல்லக் கூடியவங்க பேர் சொல்ல முடியுமா?'

'இதோ முரளி! இல்லை, சேட்டைக் கேளுங்க.'

'முரளி, உங்களுக்கும் சேட்டுத்தானா?'

'இல்லை, ஆம், யூனிட்ல என்னைப் பார்த்த பல ஆளுங்க இருக்காங்க. தாமோதர், சசிதரன் பிள்ளை.'

'ப்ரொஜெக்ஷன்னா நீங்க எடுத்த படத்தை யாருக்கோ போட்டுக் காட்டினிங்க. அதானே?' என்றார் கமிஷனர்.

'ஆமாம்.'

'எத்தனை மணி நேரம் படம்.'

'ரெண்டரை மணி நேரம்.'

'இருட்டில நடுவில எழுந்து போயிருக்கலாமில்லையா?'

'யாரு?'

'யாரும்.'

'எதுக்காக எழுந்து போகணும்.'

'அதை அப்புறம் பார்க்கலாம். எழுந்து போகலாமில்லையா?'

'நான் எங்கேயும் எழுந்து போகலை. சேட்டு பக்கத்திலேயே தொண தொணன்னு பேசிக்கிட்டு இருந்தான்.'

'முரளி, நீங்க?'

'பின்னாலேயே, மாமாவுக்குப் பின்னாலேயே உட்கார்ந்திருந் தேன்.'

'அப்படியா! விஜிஆர். நீங்க எப்பவாவது திரும்பி முரளிகிட்ட ஏதாவது பேசினீங்களா?'

'பேசினனா முரளி?'

'பேசலிங்க மாமா!'

பாண்டியன் சட்டென்று விஷயத்தை மாற்றினார். 'உங்க சொத்தெல்லாத்தையும் உங்க பேர்லதானே வெச்சிருக்கீங்க?'

'ஆமாம்.'

'எப்பவாவது உங்க சொத்தைப் பிரிக்கிறதைப்பத்தி பேசி யிருக்கிங்களா?'

'யாருக்கு.'

'உங்க மனைவிக்கு, முரளிக்கு.'

'பேச்சு வந்தது. அதுக்கெல்லாம் சமயமில்லை. இது எதுக்கு இப்ப?'

'சுலேகாவைக் கல்யாணம் செய்துக்கறதா இருந்தீங்கல்ல! அவளுக்குச் சொத்து எழுதி வெக்கறதைப்பத்தி பேச்சு வந்ததா?'

'அவ ஒண்ணுமே என்னைக் கேக்கலை.'

'அவ இல்லை. அந்த பாலச்சந்திரன்?'

'ஆமாம். அவன் கேக்கத்தான் கேட்டான். சரியா ஞாபகம் இல்லை.'

'ஞாபகப்படுத்தறேன் இன்னைக்கு. அந்தாளே சொன்னாரு, சுலேகாவைக் கல்யாணம் பண்ணிக்கணும்னா பெரும்பாலும் உங்க ப்ராப்பர்ட்டி முழுக்க அவ பேருக்கு எழுதி வைக்கணும்னு கேட்டானாம். அதுக்கு நீங்க சம்மதிச்சீங்களா?'

'சம்மதிச்சாரு' என்றாள் மனைவி திடீர் என்று.

'சும்மாரு, சம்மதிச்சிருக்கலாம். ஆனா அதை நான் சீரியஸா யோசிக்கல. ஒரு விதமான மோகத்தில் இருந்தால் என்ன வேணா சொல்லியிருக்கலாம். அதெல்லாம் இல்லைன்னு தீர்ந்து போச்சு! போயிட்டாளே! தற்கொலை பண்ணிக்கிட்டாளே! இதப் பாருங்க. என்ன என்னவோ பேசறோம். யார்கிட்டயோ என்ன என்னவோ வாக்குக் கொடுக்கறோம். அதுபோல இந்தக் கேஸுக்கும் அதுக்கும் என்ன தொடர்புன்னு எனக்கு விளங் கலை. அவ போயிட்டா. அவளைக் கல்யாணம் செய்துக்கறதா இருந்தேன். பொண்டாட்டி சம்மதம் கேட்டா. இவளும் சம்மதிச்சா. இரண்டு பேரும் மீட் பண்றதுக்குள்ளே போயிட்டா. அவ்வளவுதாங்க.'

விஜிஆரின் மனைவி லேசாகச் சிரிக்க ஆரம்பித்தாள். சிரிப்பு நிற்காமல் தொடர்ந்து பெரிதாகி ஹாஸ்யமில்லாத வெறிச் சிரிப்பாகப் பரிணமிக்க முரளி அவளருகே சென்று, 'அக்கா! அக்கா! நிறுத்து, நிறுத்து. என்ன இது?' என்று கன்னத்தில் லேசாகத் தட்டினான்.

'சம்மதிச்சேன். சம்மதிச்சேன்...' அதுக்குள்ளே மறுபடி சிரிப்பு. 'கடவுளே பாத்து அவளை அழைத்துக்கிட்டுப் போயிட்டாரு. எனக்குக் கெடுதல் நினைச்சா அதான் ஆகும்! கட்டின பசு மாதிரி

வீட்டோட இருக்கிற மனைவிக்கு துரோகம் பண்ண நினைச்சா...' எப்போது சிரிப்பு அழுகையாக மாறியது என்று தெரியவில்லை. முரளி அவளை அணைத்து அழைத்துச் செல்ல விஜிஆர், 'அவ்வளவுதானா? ஏதாவது இன்னம் கேக்கணுமா?'

கமிஷனர் பாண்டியன் 'அப்புறம் பார்த்துக்கலாம்' என்றார். இருவரும் மெல்ல வெளியே வரும்போது பாண்டியன் என்னைக் கவனித்தார். 'இங்க இருக்கிங்களா, சார், இவர்தான் நான் சொல்லவில்லை கரிகாலன்...'

உதவி கமிஷனர் என்னை ஒரு முறை பார்த்துவிட்டு, 'இவரை வரச்சொல்லியிருந்திங்களா?' என்றார்.

'இல்லைங்க. என்ன கரிகாலன், ஏதாவது புதுசா இருக்கா?'

'இல்லை சார். சும்மா பார்த்துட்டுப் போகலாமின்னுட்டு.'

'சாயங்காலம் ஏழு ஏழரைக்கு வாங்க. நான் ஸ்டேஷன்ல இல்லைன்னாலும் காத்திருங்க.'

பெரிய அதிகாரி காரில் ஏறிக்கொள்ள அவருக்கு சல்யூட் அடித்து விட்டு தன்னுடைய ஜீப்பில் ஏறிக்கொண்டு சென்றார். முரளி என்னைப் பார்த்து 'கரிகாலன், ஒரு நிமிஷம்' என்றான்.

'என்னங்க?'

'போலீஸ்ல உங்களுக்கு ரொம்ப தொந்தரவு தந்தாங்களாமே, மாமா சொன்னார்.'

விஜிஆர் என்னைக் கவனிக்காமல் மாடிக்குச் சென்றதற்குக் காரணம் அலட்சியமில்லை, அலுப்பும் துக்கமும்தான் என்பது தெளிவாகத் தெரிந்தது. மனைவி தொடர்ந்தாள்.

'முதல்ல எம்மேல சந்தேகப்பட்டாங்க.'

'எப்படி?'

'யார் மேலவும் சந்தேகப்படலாம். ஒவ்வொருத்தரா விசாரிக்கப் போறாங்க!'

'அதென்ன சட்டை சட்டைன்னு கேட்டுக்கிட்டே இருந்தாங்களே!'

‘அங்க போயிருந்த ஆளு ஸ்டுடியோல ஸ்க்ரீன் டெஸ்டில் கொடுத்தாங்களே, அதே மாதிரி சட்டை போட்டுக்கிட்டு இருந் தானாம்.’

‘ஓ, அதுதான் லிஸ்ட்டு கேட்டாரா! யார் யார் ஸ்க்ரீன் டெஸ்ட்டு கொடுத்தாங்கன்னு பட்டியல் கேட்டாரு. கொடுத்திருக்கேன். பாவம்! இப்ப அந்தாளுங்களைப் போயி சத்தாய்க்கப் போறாங்க!’

‘நீங்க என்ன நினைக்கிறீங்க!’

‘எனக்கென்னவோ இது தற்கொலைதான்னு படுது. அவளைக் கொலை செய்யற அளவுக்கு யாருக்கும் வெறுப்பு இல்லை.’ நான் அந்த அலங்கார ஹாலைச் சுற்றிலும் பார்த்தேன். விஜிஆர் கல்யாண போட்டாவில் எத்தனை இளமையாக இருக்கிறார். கேடயங்கள், விழாக்களின் புகைப்படங்கள்...

‘இந்தப் போட்டோ யாருங்க.’

‘நான்தான்! அடையாளம் தெரியலை?’

‘ரொம்ப யங்கா இருக்கீங்களே. பட்டாளத்தில் இருந்திருக்கீங் களா?’

‘பட்டாளம் இல்லை. கடற்படை. அதில ஷார்ட் சர்விஸ் கமிஷன்ல இருந்தேன். பாகிஸ்தான்போது. மாமாதான் யூனிட்டைப் பார்க்கணும்னு கமிஷன் முடிஞ்சு உடனே கூப்பிட்டு வச்சுக் கிட்டாரு. தொடர்ந்து இருந்திருந்தேன்னா இந்நேரம் கமாண்டர், ஏன் காப்டனாகக்கூட ஆயிருப்பேன்!’

அந்த போட்டாவில் முரளி வெண்மைச் சீருடையில் ஷோக்காகத் தான் இருந்தான். தாடி வைத்திருந்ததால் அடையாளம் கண்டு கொள்ளக் கஷ்டமாக இருந்தது. ‘சாப்பிட்டுட்டுப் போங்க.’

‘இல்லைங்க. மற்றொரு சந்தர்ப்பத்தில், எல்லாம் மறந்த பிற்பாடு வர்றேங்க.’

‘எதுக்கு வந்திங்க இப்ப?’

‘டப்பிங் ஸ்டுடியோவுக்குப் போயிருந்தேன். எல்லா வேலையும் அப்படியே நிக்குது. எப்ப பழையபடி துவங்கும்? படம் நின்னு போயிட்டதால என்மாதிரி ஆளுங்களுக்கு இன்னும் தேவை யிருக்குமா?’

'ஏன் தேவையில்லாம? அவ செத்துப் போனதில் எல்லாருக்கும் வருத்தம்தான். அதுக்காக வேலை தடைப்படக்கூடாது. மாமா கிட்ட சொல்லிட்டேன். நாளைலருந்து எல்லாம் தொடங்கிடும். நீங்க வாங்க. சாயங்காலம் போலீஸ்காரங்களுக்கு அநாவசியமாக பதில் சொல்லிக்கிட்டு இருக்காதிங்க. எல்லாரையும் சந்தேகிப்பானுங்க.'

'வரட்டுங்களா? பெரியவரைப் பார்த்துக்குங்க. ரொம்ப நொந்து போயிருக்காரு.'

'வாஸ்தவம்தான். ரெண்டு நாளா எப்படி மெலிஞ்சுட்டார் பாருங்க. அப்றம்மா பார்க்கலாம் நாளைக்கு.'

புறப்பட இருந்தவனை, 'போலீஸ்ல ஏதாவது தொந்தரவு பண்ணாணுங்கன்னா சொல்லுங்க...'

'இல்லைங்க. அவங்களால ஒரு தொந்தரவும் இல்லிங்க. பாண்டியன் கிறவரு ரொம்ப துடியா இருக்காரு. கண்டுபிடிச்சுருவாருன்னு நினைக்கிறேன்.'

மத்தியான வெயிலில் வெளியே வந்தபோது அந்த வீட்டைத் திரும்பிப் பார்த்ததில் பால்கனியில் பாதி சுருட்டப்பட்ட பச்சைத் தட்டியின் நிழலில் நின்றுகொண்டு விஜிஆரின் மனைவி என்னைப் பார்த்துச் சிரித்தாள்.

18

ஏழு மணிக்குப் போலீஸ் நிலையத்துக்குப் போன போது பாண்டியன் அங்கே இல்லை. எப்போது வருவார் என்று அவர்களால் சொல்ல முடிய வில்லை. எட்டு அடிக்கும்வரை காத்திருந்து, 'அப்புறம் வரேன்னு சொல்லுங்க' என்று புறப்பட்ட போது ஜீப் வந்து நிற்க களைத்துப்போன பாண்டியன் இறங்கினார். தலைத் தொப்பியைக் கழற்றிக்கொண்டு நெற்றியைக் கைக்குட்டையால் துடைத்துக்கொண்டே 'ஏன்யா, சசிதரன் பிள்ளைங் கிறவரு வந்தாரா? நீங்களா? வாங்க உட்காருங்க.'

'என்ன சார், ஏதாவது தெரிஞ்சுதா?'

'அதுக்குள்ள தெரிஞ்சுருமா?' என்று உடனே டெலிபோன் செய்து காத்திருக்கும்போது, 'யோவ் அந்தக் கேஸ் டயரியைக் கொண்டா' என்றார். 'நான் உட்கார அவர் டெலிபோனில், 'சார் பாண்டியன்! ஒரு விஷயம் கன்ஃபர்ம் ஆயிடுச்சு. இன்னும் இரண்டு பேர் பத்து மணி சுமாருக்கு அந்தச் சட்டை போட்டிருந்த ஆளைப் பார்த்திருக்காங்க.' மறு முனைப் பேச்சு கரகரவென்று இருந்தது.

'...'

'ஒன்பது பேர் சார். எல்லாம் அட்ரஸூம் கிடைச்சிருச்சு. ஒருத்தர் ஒருத்தரையா விசாரிக்

கணும். நாலுபேர் ஆயிருக்கு. யாருக்கும் நேரா மோட்டிவ் கிடையாது.'

'...'

'ராவ்னு ஒருத்தர் காஸ்ட்யூமர்.'

'...'

'இருக்கலாம் சார்.'

'...'

'இல்லை.'

'...'

'நிச்சயம் அந்த முடிவுக்கு வர முடியாது.'

'இன்க்வெஸ்ட் ரிப்போர்ட் கொஞ்சம் மையமாகத்தான் இருக்குது. இஞ்சுரி லிஸ்டு இருக்குது. தற்கொலையா இருக்கலாம்னு சொல்லி யிருக்கு.'

'...'

'ஸப் டிவிஷனல் மாஜிஸ்ட்ரேட்டு.'

'நாந்தாங்க கொஞ்சம் சந்தேகம் இருந்துதுன்னுட்டு...'

'கொஞ்சம் டயம் கொடுங்க.'

'இல்லை, இன்னும் இல்லை.'

'எஸ் சார்!' என்ற ஆத்திரத்துடன் போனை வைத்தார். முகம் சற்றுச் சிவந்திருந்தது. 'பேஜாருய்யா. எங்கிருந்து அரஸ்ட் பண்ணுவேன். ஒண்ணும் இன்னும் தெளிவாகவே இல்லை. இன்னும் எத்தனை பேர் பாக்கி இருக்குது! கரிகாலன், இப்ப கொஞ்சம் பிஸியா இருக்கேன். நீங்க நாளைக்குக் காலைல... வெயிட் எ மினிட். உங்களை நான் ஒரு விஷயம் முக்கியமாக் கேக்கறதுக்குக் கூப்பிட்டிருந்தேன். என்னது?'

நான் காத்திருந்தேன். அவர் கண்கள் சற்று சோர்வுடன் தூக்க மின்மையைக் காட்டின.

'ஏதோ டிஸ்கஷன் பண்ணணுமின்னிங்க.'

'அதுக்கு இன்னும் வேளை வரலை. பேசாம... பேசாம... கேஸை குளோஸ் பண்ணித் தள்ளிரலாம்னு தோணுது! இழுபறி.'

'அவங்க யாரும் இல்லைங்களா?'

'எவங்க?'

'நீங்க சொன்னீங்களே. விஜிஆர், மனைவி, முரளி, பாலச் சந்திரன்...'

'யாரையும் பின்பாயிண்ட் பண்ண முடியலை.'

'பாலசந்திரன் எப்படி?'

'அந்தாளைத் துருவிக் கேட்டுட்டேன். மோட்டிவ் இருக்கு. ஆனா அவன் கொச்சில இருந்ததுக்குச் சரியான ஆதாரம் இருக்குது கேரளா டிஸ்ட்ரிப்யூட்டரை சந்திச்சுப் பேச அவர்களேதான் அனுப்பிச்சிருக்காங்க. டெலிபோன் மூலமா வெரிஃபை பண்ணிட்டேன்.'

'வேலைக்காரப் பொண்ணை ஏன் அழைச்சுட்டுப் போனானாம்.'

'வீட்டு வேலைக்காக கேரளத்தில் இருந்து கொண்டுட்டு வந்த பொண்ணு. ரொம்ப நாளா தன் அம்மாவைப் பார்க்கணும்னு சொல்லிக்கிட்டு இருந்ததாம். இந்தச் சந்தர்ப்பத்தில் கூட்டிட்டுப் போயிருக்கான். அதெல்லாம் சரியாத்தான் இருக்குது.'

'சுலேகாவைத் தனியா விட்டுட்டா.'

'நாயி இருக்குது. ராத்திரி வீடு கூட்டி விட்டு வேலை செய்யற இன்னொரு வேலைக்காரப் பொம்பளையைப் படுத்துக்க வரச் சொல்லியிருக்கான். சுலேகாதான் போயிட்டு வான்னு சொல்லிச் சாம். மேலும் ஞாயிற்றுக்கிழமை உங்களைத் தனியா சந்திக் கிறதை விரும்பியிருப்பாங்க போல இருக்கு. என்னவோ உங்ககிட்ட சொல்ல...'

சற்று நேரம் மௌனத்துக்குப் பிறகு, 'கொலையைச் செய்தது ஒரு அடியாளு. சிவப்புச் சட்டை போட்டுக்கிட்டு திட்டம் போட்டுக் கிட்டுச் செய்த கொலை. சட்டையில் இருக்குது சூட்சுமம். உங்க இந்தச் சட்டையை எப்ப வாங்கிக்கிட்டீங்க?'

'முன்னயே கொடுத்திட்டாங்க. அதைத் திரும்ப வாங்கிக்கலை.'

'இந்த ஸ்கிரீன் டெஸ்ட்டுக்கு பிள்ளைதான் ஏற்பாடு பண்ணாரா உங்களுக்கு.'

'முரளி சார்.'

'அளவெடுத்துத் தெச்சாங்களா?'

'இல்லை. சுமாராப் பொருந்தும்படியா காஸ்ட்யூமிலிருந்து கொடுத்தாங்க.'

'ஸ்க்ரீன் டெஸ்டுக்கு வந்தவங்க எல்லாரும் அதே மாதிரிச் சட்டை...'

'ஆமாம்.'

'எல்லாரும் துணை நடிகருங்க. நீங்க ஒருத்தர்தான் கதாசிரியர். அந்த ராவ் எத்தனை சட்டை செஞ்சாருன்னு கேட்டு வெச்சுக் கணும். டெஸ்ட்டு எடுக்க வந்தாங்களே, அவங்களை யூனிட்ல முன்னாடி பார்த்திருக்கீங்களா?'

'யூனிட்டைச் சேர்ந்தவங்கதான்.'

எதற்கு இதெல்லாம் கேட்கிறார் என்று எனக்குப் புரியவில்லை.

'எப்படியாவது, எப்படியாவது, இவங்க நாலுபேர்ல ஒருத்தரைச் சம்பந்தப்படுத்தும்படியா ஒரு துப்பு கிடைச்சாப் போதும். கிடைக்கலையே! எங்கேயோ எதையோ பண்றேன். பத்து மணிக்கு ஒரு ஆளு சிவப்புச் சட்டை போட்டுக்கிட்டு அங்க போயி காரியத்தை முடிக்கிறான். டிஸ்கோ சட்டை. அத்தனை பேரும் அதே சட்டை!'

'எல்லாரையும் விசாரிச்சிட்டிங்களா?'

'இல்லை, ஆனா அவங்க யாரும் இருக்க முடியாது.'

'ஏன்?'

'நாயி! நாயி என்ன பண்ணிச்சு. நாய் எதிர்த்திருக்காதோ? இல்லை, அந்த நாயைக் கட்டிப் போட்டுட்டுப் போறப்ப விடுதலை செய்திட்டுப் போயிட்டானா? இல்லை, தெரிஞ்ச ஆசாமியா? தெரிஞ்சவன்னா மறுபடி நீங்க, விஜிஆர், பாலன், முரளி, சுத்துது! விஜிஆருக்கு மோட்டிவ் பத்தாது. சரி, விஜிஆர் நாங்க கிளம்பினதும் என்ன சொன்னாரு?'

'அவர் பாட்டுக்கு மாடிக்குப் போயிட்டாரு.'

'முரளி?'

'முரளி போலீஸ் தொந்தரவு கொடுக்கறாங்களான்னு விசாரிச்சார்.'

'அந்தம்மா?'

'அவங்க மாடியில் நின்னுக்கிட்டு இன்னும் சிரிச்சிக்கிட்டிருந்தாங்க.'

'ஒருத்தரும் ஒண்ணையும் சொல்லலை?'

'முரளி கடற்படையில் கொஞ்ச காலம் ஆபீஸரா இருந்ததைப் பற்றிச் சொன்னாரு.'

'என்னவா இருந்தாராம்?'

'ஷார்ட் சர்வீஸ் கமிஷன்னு என்னவோ சொன்னாரு. அது முடிஞ்சப்புறம் விஜிஆர் வீட்டில் கூட்டி வச்சிக்கிட்டாராம்.'

'விஜிஆர் சொத்து பூராவையும் லிமிடெட் கம்பெனியாக்கி மூணு பேருக்கும் ஷேர் பங்கிட்டுக் கொள்ற மாதிரி ஒரு திட்டம் இருந்திருக்கிறது. மனைவிக்கும் மச்சானுக்கும் ரெண்டாம் கல்யாணத்தில் பெரிய ஏமாற்றம். அவளைக் கொல்றதுக்கு வலுவான காரணம் இருந்திருக்கு. ஆனா எவிடன்ஸ்தான் பத்தலை. ஒண்ணு கிடைச்சா போதும்... குழம்பிக்கிட்டு இருக்கேன்.'

'நாங்க சில வேலைகளில் தவிப்போங்க, ஒரு 'நாட்'க்காக! ஒரே ஒரு முடிச்சுக்காக! தங்க முடிச்சுன்னு விஜிஆர் சொல்வாரு. அந்த ஒரு நாட் கிடைச்சாப் போதும்! பாக்கியெல்லாம் பாத்துக்கலாம் பாரு. அது மாதிரி நீங்களும்...'

'ஆமாம். எனக்கும் ஒரு நாட் கிடைச்சாப் போதும். நாட்! முடிச்சு! தங்க முடிச்சு! இல்லை, இது கயிற்று முடிச்சு. ஓ மை காட்!' உள்ளங்கையால் தன் நெற்றியில் அடித்துக்கொண்டார். எனக்கு வேண்டிய முடிச்சு கிடைச்சுருச்சு! இருக்கு சூட்சுமம்! கரிகாலன்! கைகொடுங்க! கண்டுபிடிச்சுட்டேன். என்ன சுலபம்! என்ன சுலபம்?'

'என்ன சார் சொல்றீங்க?'

'என்னை மாதிரி மரமண்டை இருக்க முடியாது!' டெலிபோனை எடுத்து அவசர அவசரமாக டயல் செய்தார்.

‘என்ன சார், சொல்லுங்க?’

‘யாருன்னு தெரிஞ்சு போச்சு. எல்லாமே ஒரு ஸ்லாட்டுக்குள்ள விழுந்துருச்சு! சார்! பாண்டியன்! ஆள் யாருன்னு தெரிஞ்சு போச்சு!’

‘...’

‘இல்லை சார், இப்பத்தான் திடீர்னு ஃப்ளாஷ் ஆச்சு! கொலையையும் அவனையும் லிங்க் பண்ணக்கூடிய முக்கியமான முடிச்சு - தங்க முடிச்சு கிடைச்சுருச்சு! ஆமாம் சார், திரும்பி வரும்னு சொல்வாங்களே அதுபோல, அபயங்கர் மர்டர் கேஸ் ஞாபகம் இருக்கில்லை?’

‘...’

‘ஆமா சார், நாட்டு! நாட்டு! அவ கழுத்தில் கயிற்றில் போட்டிருந்த முடிச்சு! செய்லர்ஸ் நாட்டில் ஒரு வகை! கடற்படையில் பயிற்சி பெறும்போது சொல்லித் தரும் முடிச்சுகளில் ஒண்ணு!’

‘...’

‘மிஸ்டர் முரளிதர் கடற்படையில் ஒரு அதிகாரியாக இருந்திருக்காரு.’

நான் அவரை வியப்புடன் பார்த்துக்கொண்டிருக்க டெலிபோனில் ஒலித்த ‘இஸ் இட்!’ எனக்குத் தெளிவாகக் கேட்டது. ‘சில வேளையில சின்ன பாயிண்டுகளை விட்டுடறோம்! சார், தி க்ளூ வாஸ் தேர் ஃப்ரம் தி பிகினிங்!’

‘எல்லாமே பொருந்துது. ப்ரொஜெக்ஷன்ல இருந்து இருட்டில சுலபமா விலகியிருக்க முடியும். சட்டையைப் பற்றி அவருக்கு நல்லாவே தெரியும்! ராவ் சப்ளை பண்ண சட்டையில ஒண்ணை எடுத்துப் போட்டுக்கிட்டுப் போயிருக்கணும். நாயி பழகினது... எல்லாம் இப்ப சட்டுனு பொருந்திப் போயிருக்கு!’

‘ஓகே சார். காலைலயே வாரண்டுக்கு ஏற்பாடு பண்ணிடறேன்...’

டெலிபோனை வைத்தவரின் கண்களில் பிரகாசத்தைப் பார்த்தேன். ‘ஆச்சு, காலைல வாரண்ட் வாங்கி வெக்க வேண்டியது தான் பாக்கி. கன்னியப்பன், இதைக் காலைவரை யார்கிட்டேயும் சொல்லிடாதீங்க...’

‘நீங்க சொல்றது தலைகால் புரியலை. முரளியா?’

‘ஆமாம். முரளிதர்தான் இந்தக் குற்றத்தைச் செய்தவன்.’

‘காரணம்?’

‘சொத்துதான். அத்தனை சொத்தும் குடும்பத்துக்குள்ளேயே, அதுவும் தனக்கு ஒரு கணிசமான பங்கு கிடைக்கப் போறதுன்னு எதிர்பார்த்துக்கிட்டு இருந்தபோது விஜிஆர் சுலேகாவை ரெண்டாம் கல்யாணம் செய்துக்கணும்னு தீர்மானிச்சுதனால, எல்லாம் அப்ஸட் ஆயிடுச்சு. ரொம்ப கமுக்கமான ஆளு. மேம்போக்கா அதுக்குச் சம்மதம் சொல்லிட்டு உள்ளுக்குள்ள நல்லாவே திட்டம் போட்டிருக்கான்! நீங்க வந்து மாட்டி யிருக்கீங்க. உங்களுக்கு அவகூட தமிழ் கத்துக்கொடுக்கிற சாக்கில பழக்கம் ஏற்படுத்தி கதை வசனகர்த்தாவுக்குத் திடீர்னு ஸ்க்ரீன் டெஸ்ட்டுக்கு ஏற்பாடு செய்து, சட்டையைக் கொடுத்து, எல்லாராலும் சுலபமா அடையாளம் கண்டுகொள்ளக்கூடிய டிஸ்கோ சட்டை! ஞாயிற்றுக் கிழமை அவளைப் பார்க்கப் போறீங்கன்னு விஷயம் தெரிஞ்சிக்கிட்டு, அன்னைக்கு யாரும் வீட்டில் இல்லை, சேட்டன் வேலைக்காரப் பெண்ணைக் கூட்டிட்டு கொச்சின் போயிருக்கான்னு தெரிஞ்சுக்கிட்டு...’

‘அவனே போய்க் கொன்னுருக்காங்கறீங்களா? இல்லை. ஆளை வெச்சா?’

‘இவனேதான் போயிருக்கான் அந்தச் சட்டையைப் போட்டுக் கிட்டு.’

‘சட்டை எங்க கிடைச்சுது?’

‘ராவ்கிட்ட சட்டைக்கு ஏற்பாடு செய்ததே அவன்தானே! அதில ஒரு சட்டையை எடுத்துக்க அவனுக்கு நிறையச் சந்தர்ப்பம் இருந்திருக்கும்.’

நான் யோசித்தேன். பொருந்துது.

‘இனி ஒரு திசை கிடைச்சிருச்சு. ஒவ்வொருத்தரா விசாரிச்சா எல்லாம் வெளியே வந்துரும்! ராவ் எத்தனை சட்டை தெச்சார்? யார்கிட்ட டிஸ்கஸ் பண்ணார்? முரளிகிட்ட எப்ப அதைக் காட்டினார்? எல்லாத்தையும் துளைச்சு எடுத்துர மாட்டேனா?’

'அடப்பாவி! இப்படிச் செஞ்சுட்டானா! இதையெல்லாம் எப்படி கோர்ட்டில் நிரூபிக்கப் போறீங்க?'

'கோர்ட்டில் நிரூபிக்கறதுங்கறதுக்கு வேற முறைகள் இருக்குது. ஜோடனை மாதிரி இது. பல்லக்குல சாமியை வைச்சு அலங்காரம் பண்ற மாதிரி! சாமி மட்டும் பொய்யில்லாம உண்மைங்கிற சாமியா இருக்கணும். அது நம்ம மனசாட்சிக்குத் தெரிஞ்சுட்டாப் போதும். மத்த அலங்காரங்களில் கொஞ்சம் பொய் கலந்துக்கலாம். 'பொய்மையும் வாய்மையுடைத்து புரை தீர்ந்த நன்மை பயக்கும் எனின்'னு வள்ளுவர் சொன்னாப்பல. முதல் காரியமா காலைல மாஜிஸ்திரேட்டைப் பார்த்து ஒரு அரஸ்ட் வாரண்ட வாங்கிக்கணும்!'

எனக்கு எல்லாவற்றையும் ஜீரணிக்க ஒரு மணி நேரமாவது ஆகும்போல இருந்தது. ஸ்டேஷனுக்குள் கழுத்தில் சவுக்கம் போட்டு ஒரு ரத்த முகனை கான்ஸ்டபிள் இழுத்து வர அவன் 'வணக்கம்யா' என்றான்.

'என்னடா என்ன செஞ்சே?' என்று அவனைத் தோளில் தட்டி அமர்த்தினார்.

'பாட்டிலுங்க' என்றார் கான்ஸ்டபிள்.

'ஏன்யா இப்படிப் பாழாப் போறீங்க!'

பாண்டியன் அவருடைய தினசரி ரத்தங்களுக்கும் குற்றங்களுக்கும் திரும்ப, 'சார், நான் அப்புறம் வந்து உங்களைப் பார்க்கறேன்' என்று புறப்பட்டேன்.

'வாங்க! ரொம்ப தாங்க்ஸ். கண்ணைத் திறந்து பார்த்ததுக்காக!'

'என்ன பார்த்தேன்?'

'அந்தப் போட்டோ - கடற்படை போட்டோ படத்தை!'

அவருடைய முகத்தைப் பார்த்தபோது கண்களில் இருந்த சந்தோஷத்தையும் கடமையுணர்ச்சியையும் பார்த்தபோது-

'நரனை நரனாக்கும் தர்மமே உனக்கு ஆயிரம் நமஸ்காரம் ஆயிரம் நமஸ்காரம்' என்று சுலேகா சொல்வது ஞாபகத்துக்கு வந்தது.

―――――